I0101342

Idara ya Usalama wa Taifa

Ni Chombo cha Mauaji?

GODWIN CHILEWA

Copyright © 2012 Godwin Chilewa

Kimehakikiwa upya 2014

Haki zote zimehifadhiwa. Hairuhusiwi kunakili, kuiga, kuchapa, kuchapisha sehemu ya kitabu hiki katika mtandao, au kutumia kibiashara sehemu yoyote ya kitabu hiki bila ruhusa ya maandishi kutoka kwa mwandishi kama inavyoagizwa na sheria ya haki miliki.

Published by GOSTCH Publishers Houston, Texas (USA)

Copyright © 2012 By Godwin Chilewa. All rights reserved. No part of this book may be used or reproduced in any manner whatsoever without written permission except in the case of brief quotations embodied in critical articles or reviews as provided by USA copyright law.

Limit of Liability/Disclaimer of Warranty: while the publisher and author have used their best effort in preparing this book, they make no representation or warranties with respect to the accuracy or completeness of the contest of this book and specifically disclaim any implied warranties of merchantability or fitness for a particular purpose. No warranty may be created or extended by sales representatives or written sales materials. The advice and strategies contained herein may not be suitable for your situation. Neither the publisher nor author shall be liable for any loss or profit or any other commercial damages, including but not limited to special, incidental, consequential, or other damages.

All rights reserved.

ISBN-13:978-0692364017
ISBN-10:0692364013

Kwa Baba na Mama

Walio nifundisha maana ya maisha

Kwa Shomari Bakari Monela (RIP)

Rafiki wa kweli na mwenzi

Katika mapambano

Kwa Shabani Bakari Sende

Hazina iliyo sahaulika

Kwa wanangu wapenzi

Gloria, Godwin Jr, Chelsea, Winfrida

Na Kingsolomon (Mhina)

Walio nifundisha kuanguka na kuinuka

Na kwa Mshauri wangu mkuu,

Kipenzi cha moyo wangu, na

Mama wa watoto wangu

MARIDHIA

Anaeyapa ladha maisha yangu

NGAO YA JAMHURI YA MUUNGANO
WA TANZANIA

ANGALIZO

Mwandishi wa kitabu hiki kwa sasa hana uhusiano wowote na idara ya Usalama wa Taifa, wala idara nyingine yoyote iliyotajwa kitabuni humu.

SHUKRANI

Kwa Mzee Gilbert Chilewa wa Uzunguni, Dodoma, na
Mzee Benedict Kimwaga wa Kibamba, Dar es Salaam
Tanzania; kwa msaada wao mkubwa katika kufanikisha
maisha yangu

Mkilishika neno langu mtakuwa wanafunzi wangu kweli kweli. Nanyi mtaijua KWELI, na hiyo kweli itawaweka HURU.

(Yohana 8:32)

UTANGULIZI

Idara ya usalama wa Taifa (*Tanzania Intelligence and Security Services*) ndiyo idara ya serikali inayoheshimiwa na kuogopwa kuliko idara nyingine yoyote nchini Tanzania. Kuogopwa kwa idara hii kunatokana na malalamiko ya wananchi hususan viongozi wa vyama vya siasa vya upinzani kwamba wamekuwa wakifuatwa fuatwa na kutishiwa na maafisa wa idara hiyo kiasi cha kuamini kuwa maisha yao yako hatarini. Malalamiko hayo ambayo mara nyingine yamekuwa yakifuatana na vifo vya ghafla, vipigo na au mateso yasiyo na maelezo ya kueleweka yamefanya wananchi wengi kuamini kuwa idara hii ni chinjachinja.

Sambamba na hilo pia yamekuwepo malalamiko mengi kutoka kwa wananchi kwamba idara ya usalama wa Taifa imeshindwa kupambana na ufisadi, rushwa, biashara haramu ya madawa ya kulevya, na kuendelea kukua kwa matabaka kati ya matajiri na maskini. Malalamiko hayo yaliyopamba kurasa za magazeti, tovuti na blogu kwa muda mrefu yamefanya wananchi wengi kutoona umuhimu wa idara hii nyeti, kuichukia na kuidharau.

Aidha, katika uchaguzi mkuu wa mwaka 2010 idara ya Usalama wa Taifa ilipigiwa kelele sana kwa madai kwamba ilihusika kikamilifu katika kuchakachua (kuiba) kura zilizo muwezesha rais Jakaya Kikwete kupata ushindi dhidi ya Dr Willbroad Slaa wa Chama Cha Demokrasia na Maendeleo (CHADEMA). Tuhuma hizo zilikuwa nzito kiasi cha kumfanya Naibu Mkurugenzi wa idara hiyo ndugu Jacky Mugedi Nzoka kuamua kufanya mkutano maalumu na waandishi wa habari ili kukanusha uvumi huo. Hata hivyo pamoja na maelezo mazuri ya mkurugenzi huyo bado wananchi wengi wameendelea kuamini kwamba idara ya usalama wa Taifa ilihusika katika uchakachuaji (wizi) wa kura na hivyo maneno ya mkurugenzi Nzoka yalikuwa ni porojo na kujikosha tu.

Mambo hayo kwa ujumla wake yamenifanya nijifunze mambo makuu manne: Kwanza kabisa wananchi walio wengi hawaijui idara ya usalama wa Taifa. Hawajui shughuli zake, utendaji wake, na hata mipaka yake. Kutokuijua idara hiyo kunawafanya wananchi wengi kuifananisha na iliyokuwa idara ya usalama wa Taifa ya Uganda wakati wa utawala wa dikteta Iddi Amini Dada (Bureau of State Security) ambayo ilihusika na mauaji pamoja na mateso ya raia wengi wa nchi hiyo. Aidha kutoifahamu idara hiyo kunawafanya wananchi wengi kuilaumu na kuichukia kwa mambo ambayo pengine haihusiki.

Pili wananchi walio wengi hawajui tofauti kati ya idara ya usalama wa Taifa (TISS) na idara ya upelelezi wa makosa ya jinai (CID). Hali hiyo inawafanya wananchi (wasiojua tofauti) kuilaumu idara ya usalama wa Taifa na maafisa wake hata kwa makosa yaliyofanywa na askari wa idara ya upelelezi wa makosa ya jinai. Ingawa upo uwezekano kwamba mara

3

nyingine maafisa wa idara ya usalama wa Taifa hufanya makosa mbalimbali (na hivyo kupaswa kubeba lawama kwa makosa yanayo wahusu), mara nyingi wananchi huilaumu idara ya usalama wa Taifa kwa sababu tu ya kutojua kazi zake, majukumu yake na mipaka yake, na kwa kudhani kuwa hata maaskari wa idara ya upelelezi wa makosa ya jinai (ambao ndio wako karibu zaidi na wananchi) ni maafisa wa idara ya usalama wa Taifa.

Tatu, upo uwezekano kwamba baadhi ya maafisa wa idara ya usalama wa Taifa wameanza kujisahau kiasi cha kufanya vitendo vilivyo kinyume cha sheria, taratibu, na kanuni ya idara ya usalama wa Taifa na hivyo kuipaka matope idara hiyo. Kujisahau huko huwenda kunatokana na kuwepo kwa sheria inayowalinda maafisa wa usalama wa Taifa kushitakiwa kwa makosa yoyote watakayo yafanya wakiwa katika kutekeleza majukumu ya idara hiyo.

Nne, idara ya usalama wa Taifa haifanyi jitihada za kuwaelimisha wananchi kuhusu muundo wake, majukumu na mipaka yake ili kuwafanya wananchi waielewe, wasiiogope, wawe karibu nayo na hivyo kushiriki kikamilifu katika utoaji wa taarifa za kiintelejensia kitu ambacho ni muhimu sana katika mafanikio ya kazi za idara hii.

Katika nchi zilizoendelea kama Marekani, Uingereza, na Israel idara za usalama za nchi hizo hususan Central Intelligence Agence (CIA), National Security Agence (NSA), Secret Service, Federal Bureau of Investigation (FBI) za Marekani; Mossad ya Israel, na hata MI 5 na Scotland Yard za Uingereza huendesha programu maalumu za kuelimisha raia wa nchi hizo.

Programu hizo ambazo huendeshwa katika luninga (TV) za taifa, radio mbalimbali na vijarida huwafahamisha wananchi kazi za idara hizo, mafanikio, na changamoto mbalimbali ambazo idara hizo hukutana nazo katika utekelezaji wa majukumu yake. Utaratibu huo unasaidia sana kufanikisha malengo ya idara hizo, kuwaondolea hofu na hivyo kuwafanya washirikiane kwa karibu na idara hizo zinazo endeshwa kwa fedha za walipa kodi badala ya kuzichukia, kuzikashifu na kutotoa ushirikiano unao hitajika katika kufanikisha kazi zake.

Katika kipindi cha utawala wa mwalimu Julius Nyerere idara ya usalama wa Taifa ilikuwa na programu za uelimishaji umma kama ilivyo kwa idara zilizotajwa hapo juu. Utaratibu huo uliwapa uwezo na nafasi maafisa wa idara hiyo kutoa mafunzo ya kiusalama kwa wanamgambo, vyuo vya siasa, makongamano ya viongozi, na jeshi la kujenga Taifa (JKT). Hata hivyo programu hizo zilidorora baada ya kuanzishwa kwa mfumo wa vyama vingi vya siasa nchini kutokana na imani ya baadhi ya watu kuwa idara hiyo inafanya kazi ya kuwalinda viongozi wa chama tawala ili waendelee kubaki madarakani. Hivi sasa idara ya usalama wa Taifa inatoa mafunzo ya utunzaji siri tu kwa walimu wanaoteuliwa kusimamia na kusahihisha mitihani ya shule za msingi na sekondari nchini.

Kutokana na sababu hizo pamoja na nyingine nyingi ambazo sikuzitaja nimeona vema niandike kitabu hiki cha kuelimisha umma kuhusu idara hiyo nyeti. Kitabu hiki kitaeleza kwa muhtasari kazi za vyombo mbalimbali vya ulinzi na usalama vilivyopo nchini, muundo wa idara ya usalama wa Taifa, majukumu na mipaka yake, tofauti za utendaji kazi kati ya idara ya Usalama wa Taifa (TISS), idara ya upelelezi wa makosa ya jinai (CID) na idara ya usalama wa jeshi (Military intelligence). Kitabu hiki pia kitaelezea kwa kina mafanikio na changamoto mbalimbali zinazoikabili idara ya usalama wa Taifa katika kutekeleza majukumu yake, jinsi wananchi wanavyoweza kuwa karibu nayo, na jinsi ya kupata ajira katika idara hii nyeti

Napenda kusisitiza kwamba lengo la kitabu hiki ni kutoa elimu ya jumla kuhusu idara ya usalama wa Taifa ili kuwasaidia wananchi kuishi kwa amani kutoiogopa idara, kuiamini na kujenga moyo wa kushirikiana nayo katika kupambana na maadui wa Taifa letu tukufu.

Na hiyo kweli itawaweka huru.
Godwin Chilewa

———————

1

IDARA ZA USALAMA NCHINI

Katika Jamhuri ya muungano wa Tanzania zipo idara kuu tatu zinazo shughulika na kazi ya upelelezi. Idara hizo ni idara ya upelelezi wa makosa ya jinai (Criminal Investigation Department – CID), idara ya usalama ya jeshi la wananchi wa Tanzania (TPDF – Military Intelligence), na idara ya Usalama wa Taifa (Tanzania Intelligence and Security Service – TISS). Idara hizi hufanya kazi zake kwa kujitegemea (bila kuingiliwa na idara nyingine), kila moja ina majukumu yake maalum yaliyo ainishwa kisheria, na kila moja ina uongozi wake uliokamilika.

Hata hivyo katika mazingira fulani na nyakati maalumu idara hizi huweza kufanya kazi kwa kushirikiana ili kukamilisha jukumu la kulinda usalama wa raia, maslahi ya jamhuri ya muungano wa Tanzania na ya wale wanaoitakia mema nchi yetu. Wakati wa utendaji huo wa pamoja (ushirikiano) maafisa, askari na wapiganaji wanaoshiriki katika operesheni husika hupokea amri ya utendaji kazi kutoka kwa kiongozi aliyeteuliwa kuongoza operesheni hiyo bila kujali kama kiongozi huyo anatoka jeshi la wananchi (JWTZ), Polisi au idara ya usalama wa Taifa (TISS). Kufanya hivyo husaidia kuondoa tofauti na pia kurahisisha utendaji kazi wa pamoja. Kiongozi wa operesheni huteuliwa kwa kuzingatia aina (*nature*) na mazingira ya kazi husika.

Ili kukamilisha majukumu yake kwa mujibu wa sheria na kulinda haki za wananchi idara za usalama zilizotajwa hapo juu hufanya kazi bega kwa bega na vyombo vingine vya dola. Vyombo hivyo ni pamoja na jeshi la polisi (*Tanzania Police Force*) ambalo kazi yake kuu ni kulinda usalama wa raia na mali zao, idara ya uhamiaji (*Tanzania Immigration Services*) yenye jukumu la kudhibiti wageni waingiao na kutoka nchini, na jeshi la magereza (*Tanzania*

Prison Services) ambalo kazi yake kuu ni kuwashikilia wahalifu, kuwapeleka mahakamani, na kuwafundisha tabia njema ili warudipo uraiani waweze kuishi kwa kufuata sheria na taratibu za nchi. Idara nyingine ni taasisi ya kupambana na kuzuia rushwa (TAKUKURU) ambayo jukumu lake kuu ni kuchunguza, kudhibiti, na kuchukua hatua za kisheria dhidi ya watu, taasisi, na makampuni yanayotuhumiwa kujihusisha na vitendo vya rushwa nchini, ofisi ya mkurugenzi wa mashitaka (*Director of Public Prosecution*) yenye jukumu la kusimamia mashitaka (mashauri) yanayofunguliwa, na mahakama ambayo jukumu lake kuu ni kutafsiri sheria na kutoa uamuzi wa mashauri yanayoshindaniwa.

(i)
Idara ya Upelelezi wa Makosa ya Jinai (CID)

Idara hii ni kitengo maalum cha jeshi la polisi kilicho chini ya mkurugenzi wa upelelezi wa makosa ya jinai (*Director of Criminal Investigation*). Kama lilivyo jina lake idara ya upelelezi wa makosa ya jinai (*Criminal*

Investigation Department) inashughulika na upelelezi wa makosa ya jinai ikiwa pamoja na wizi, ujambazi wa kutumia silaha, mauaji, biashara haramu ya madawa ya kulevya, wizi wa kalamu (*fraud*) na makosa mengine mengi kama yalivyo ainishwa katika kitabu cha mwenendo wa mashitaka ya jinai '*panel code*'.

Idara hii ndiyo inayo husika na uchunguzi wa maeneo ya tukio (*Crime Scene Investigation*) na inao wataalamu wa kazi hiyo '*forensic experts*'. Wataalam hao ndio wanao wajibika kufanya uchunguzi wa alama za vidole, nyayo, mate na vitu vingine vinavyoweza kusaidia kupatikana kwa chembe zenye DNA ya watuhumiwa. Wataalam hawa pia huweza kutambua silaha iliyotumika katika uhalifu kwa kuchunguza maganda ya risasi, vipande vya milipuko, mabaki ya gari, na vitu vingine vyote vinavyoweza kutumika katika kuwatambua na kuwakamata wahalifu au kuthibitisha mahakamani namna kosa lilivyotendeka.

Idara hii pia inahusika na kufanya uchunguzi wa mashitaka yote yanayo fikishwa katika vituo vya polisi kwa ajili ya kupata ushahidi wa kuwafikisha watuhumiwa mahakani, kuwatafuta, kuwakusanya, kuwahoji na kuwaandaa mashahidi wote wanao hitajika mahakamani kwa ajili ya kuthibitisha namna kosa lilivyotendeka, na pia kufanya upekuzi (search) katika nyumba, ofisi, makazi na au maeneo mengine yanayoshukiwa kuficha mali za wizi, au ushahidi unaohitajika kuthibitisha jinsi kosa lilivyotendeka; na kuwakamata watuhumiwa wanaotafutwa.

Maafisa wa CID

Maafisa wa CID ni askari waliopatiwa mafunzo na kuajiriwa na jeshi la polisi. Maaskari hawa hupatiwa mafunzo ya awali (*cadet*) pamoja na maaskari wengine wote lakini baada ya mafunzo hayo huteuliwa kufanya mafunzo zaidi ya upelelezi. Baada ya kuhitimu mafunzo hayo askari mpelelezi hupelekwa kufanya kazi chini ya mkurugenzi wa upelelezi wa makosa ya jinai (*Director of Criminal Investigation*) katika kituo chochote atakachopangiwa. Kwa kawaida askari hawa hufanya kazi kwa kushirikia na polisi wengine ambao huwa chini ya mkuu wa jeshi la polisi katika kituo husika.

Kutokana na majukumu yao askari wa idara hii (CID) hulazimika kuwa karibu sana na wananchi kwani kazi ya idara hii haifanywi kwa siri. Askari wa CID huwajibika kufanya uchunguzi wa mashitaka yaliyoripotiwa katika vituo vya polisi na kisha kutoa ushahidi mahakamani ili kuisaidia mahakama kutoa maamuzi ya haki kwa mujibu wa sheria. Hata hivyo, idara hii inao askari wachache wa kificho (*under cover*) ambao hujipenyeza katika vikundi vya uhalifu (k.m wauza madawa ya kulevya, wezi wa mabenki n.k) kwa lengo la kupata taarifa za ndani za wahalifu na kuvunja mitandao yao.

Kwa vile askari wote wa idara hii hawavai sare na mara nyingi hubeba silaha (*pistol*) wananchi wanaowafahamu hudhani kuwa askari hawa ni maafisa wa idara ya usalama wa Taifa. Hata hivyo ukweli ni kwamba askari wote wa idara ya upelelezi wa makosa ya jinai (CID) ni waajiriwa wa jeshi la polisi na muda wowote, au kwa sababu yoyote askari anaweza kuhamishiwa katika idara nyingine za jeshi la polisi kama vile kikosi cha kutuliza ghasia (*Field Force Unit*), kikosi cha usalama barabarani (*Traffic Police*) au polisi wa kawaida (*General duty*)

Idara ya upelelezi wa makosa ya jinai imewahi kuongozwa na viongozi wafuatao:

17/9/1960-1/9/1961	M. J. McKinlay
1/9/1961-19/7/1962	K.F.J. Flood
19/7/1962-6/12/1962	R. T. L. Egan
6/12/1962-2/8/1967	E. E. Akena
2/81967-13/11/1967	R.S. Kaswende
13/11/1967-4/6/1968	N.G.M. Sawaya
4/6/1968-2/9/1968	A.R.Shungu
2/9/1968-23/9/1970	N.G.M. Sawaya
23/9/1970-21/5/1973	S.H.Pundugu
21/5/1973-28/5/1975	B.M. Omari
28/5/1975-14/8/1975	F.M. Mtono
14/8/1975-15/2/1977	H.M.Lyimo
12/2/1977-21/5/1981	M.Mwingira
21/5/1981-6/3/1985	J.M.Lemomo
7/3/1985-30/6/1992	A.A.B.Mwaitenda
22/10/1992-3/5/1996	E.A.Man
4/5/1996-2/3/2006	Adadi Rajab
3/3/2006-14/07/2013	R.S. Manumba
15/07/2013 -	I.N. Mngulu

Makao makuu ya idara ya upelelezi wa makosa ya jinai (CID) yako jijini Dar es salaam, eneo la posta mpya katika jengo la wizara ya mambo ya ndani, mahali yalipo makao makuu ya jeshi la polisi na idara ya Uhamiaji.

(ii)
Idara ya Usalama ya Jeshi la Wananchi
(*Military Intelligence*)

Hii ni idara ya usalama ya jeshi la wananchi wa Tanzania (TPDF). Ingawa idara hii si maarufu sana kwa wananchi wengi ndiyo idara kubwa zaidi ya usalama (intelejensia) kuliko idara nyingine yoyote nchini. Kama ilivyo kwa idara ya Usalama wa Taifa, idara ya usalama wa jeshi (*Military Intelligence*) hufanya kazi zake kwa usiri wa hali ya juu na mara nyingi maafisa wake hushirikiana na maafisa wa idara ya usalama wa Taifa katika kufanikisha kazi mbalimbali za kiusalama.

Kazi kubwa ya idara hii ni kuangalia usalama wa nchi yetu ndani na nje ya jeshi la wananchi wa Tanzania, kuangalia usalama wa mipaka, kugundua njama za maadui wanaotaka kuvamia nchi yetu kijeshi, na kufuatilia viashiria mbalimbali vinavyoonesha kuwepo kwa hali ya uadui kati ya nchi yetu na nchi nyingine.

Idara hii pia huhusika na kuangalia mwenendo wa maafisa na wapiganaji ili kulinda nidhamu ya jeshi na kutambua dalili za uasi au njama za kuiangusha serikali zinazopangwa na maafisa au wapiganaji wasiokuwa na nidhamu. Idara hii inao wajibu wa kuwatambua wahusika, kuwapasha habari makamanda, na kushauri hatua za kuchukua ili kupunguza matatizo na kuinua morali wa maafisa na wapiganaji.

Katika kipindi cha migogoro au vita idara hii huwajibika kuchunguza na kujua ukubwa wa jeshi la adui, aina ya silaha alizonazo, sehemu au maeneo anayoweza kutumia kwa maficho, na morali wa wapiganaji wake. Taarifa hizo nyeti hutumika kuwashauri makamanda kupanga mikakati sahihi ya ushindi, au kutafuta suluhisho kwa amani kama itaonekana vita inaweza kuleta madhara makubwa zaidi kwa taifa.

Kwa vile maafisa wa idara hii (*Military intellegence*) wako ndani na nje ya vikosi vya jeshi mara nyingi wananchi wa kawaida hudhani hawa pia ni maafisa wa idara ya usalama wa Taifa. Dhana hiyo hutokana na kufanana kwa mazingira ya kazi wengi wao huwa hawavai sare za jeshi la wananchi, hufanya kazi zinazo fanana na zile za maafisa wa idara ya usalama wa Taifa, na mara nyingine kwa kushirikiana na maafisa wa idara ya usalama wa Taifa.

Kimsingi sio rahisi kwa raia wa kawaida kumtofautisha afisa wa idara ya usalama ya jeshi (MI) na afisa wa idara ya usalama wa Taifa (TISS) kwa namna yoyote ile. Kwa sababu hiyo inapotokea mmoja wa maafisa wa idara ya usalama ya jeshi kufanya mambo yanayo wakera wananchi lawama huelekezwa moja kwa moja kwa idara ya usalama wa Taifa ambayo ndiyo inayojulikana na kuogopwa zaidi na wananchi.

(iii)
Idara ya Usalama wa Taifa
(*Tanzania Intelligence and Security Service*)

Idara ya Usalama wa Taifa (TISS) ndiyo idara maarufu na inayoogopwa zaidi na wananchi walio wengi. Kutokana na kutoifahamu vizuri idara hii wananchi wengi wanaichukia kwa kudhani kuwa hii ndiyo idara inayotumiwa na serikali katika kuwatesa na kuwaua watu wenye mlengo na mawazo tofauti ya kisiasa hususan viongozi wa vyama vya upinzani.

Kwa mfano, katika hali isiyokuwa ya kawaida idara hii ilituhumiwa kuhusika na kifo cha aliyekuwa katibu mkuu wa CCM na waziri wa mipango katika serikali ya awamu ya pili marehemu Horace Kolimba aliyefariki kwa ugonjwa wa moyo tarehe 13 Machi 1997. Marehemu Horace Kolimba alifariki dunia muda mfupi baada ya kuhojiwa na Halmashauri kuu ya CCM (NEC) kuhusu kauli aliyokuwa ameitoa kwamba CCM imepoteza dira na muelekeo wa kuiongoza Tanzania.

Kutokana na mazingira ya kutatanisha aliyofariki kiongozi huyo wananchi wengi wanaamini kwamba aliuawa kwa kunyweshwa sumu na maafisa wa idara ya Usalama wa Taifa ili kumnyamazisha asiendelee kusema ukweli ambao ungesababisha mgawanyiko katika chama cha Mapinduzi hususan katika kipindi cha kuelekea uchaguzi mkuu wa pili wa vyama vingi. Hata hivyo hakuna ushahidi wowote wa maana uliotolewa kuhusiana na tuhuma hizo.

Idara ya Usalama wa Taifa pia iliwahi kutuhumiwa kuhusika na kifo cha aliyekuwa waziri wa mipango na uchumi wakati wa serikali ya rais Ali Hassan Mwinyi (awamu ya pili) marehemu profesa Kigoma Ali Malima ambae alifia Uingereza siku chache baada ya kujiuzuru nafasi yake ya uongozi katika serikali ya Chama cha Mapinduzi, kujiunga na chama upinzani cha NRA, na kutangaza kugombea urais katika uchaguzi mkuu wa 1995 kwa tiketi ya chama hicho.

Watu wanaoamini kwamba Idara ya Usalama wa Taifa ilihusika na mauaji ya kiongozi huyo wanadai kwamba kitendo cha Profesa Kighoma Malima kujitoa katika Chama cha Mapinduzi na kujiunga na NRA kungesababisha mpasuko mkubwa wa kisiasa na kidini nchini na kupelekea Tanzania kuingia katika vita vya kidini kati ya wakristo na waislamu (Soma Christian Hegemony and the Rise of Muslim Militancy in Tanzania Mainland – www.scribd.com).

Katika tukio lingine idara ya Usalama wa Taifa ilituhumiwa kuhusika na kifo cha mzee Mahimbo mkazi wa Kijitonyama Dar es salaam aliyekuwa mwana harakati na mpinzani maarufu wa serikali ya CCM. Mzee Mahimbo alifariki kwa kugongwa na gari siku moja baada ya kuzungumza maneno ya kashfa dhidi ya viongozi wa Chama Cha Mapinduzi na serikali yake wakati akihojiwa na mojawapo ya Television za Tanzania.

Pamoja na tuhuma za mauaji ya watu waliotajwa hapo juu idara ya Usalama wa Taifa pia imekuwa ikituhumiwa kuhusika na mateso ya raia wa Tanzania wanao onekana kuisumbua serikali kwa namna moja au nyingine. Kwa mfano, mwezi Juni mwaka 2012 vyombo vya habari na mitandao ya kijamii nchini Tanzania ilijaa habari za kuishutumu idara ya Usalama wa Taifa kwa kuhusika na utekaji nyara wa Kiongozi wa chama cha madaktari wa Tanzania Dr Steven Ulimboka ambaye alihusika na kuongoza mgomo wa madakari nchini.

Daktari huyo alitekwa nyara katika viwanja vya Leaders Club vilivyoko wilaya ya Kinondoni jijini Dar es salaam alipokwenda kukutana na mtu aliyejitambulisha kwake kama afisa wa ikulu. Baada ya kutekwa nyara

Dr Ulimboka alipigwa kiasi cha kuwa nusu mfu na kisha kutupwa katika msitu wa Mabwe pande ulioko katika barabara ya Bagamoyo nje kabisa ya jiji la Dar es salaam mahali ambapo isingekuwa rahisi kuonekana na watu.

Mara baada ya kuokotwa na kupelekwa katika hospitali ya Muhimbili kwa matibabu, daktari huyo alitoa tamko la kuishutumu idara ya Usalama wa Taifa kwa kumteka nyara na kujaribu kumuua kwa lengo la kuwanyamazisha madaktari wa Tanzania ili wasiendelee kudai haki zao.

Siku chache baada ya tukio la kutekwa nyara kwa Dr ulimboka zilizuka tuhuma nyingine dhidi ya idara ya Usalama wa Taifa mara hii zikiwa kutoka kwa wabunge na viongozi wa vyama vya upinzani. Tuhuma hizo zilitolewa na Mbunge wa jimbo la Ubungo (CHADEMA) mheshimiwa John Mnyika, pamoja na bwana Willbroad Slaa - Katibu mkuu wa chama hicho (ambaye pia ndiye aliyekuwa mgombea urais kwa tiketi ya CHADEMA katika uchaguzi mkuu wa mwaka 2010). Viongozi hao wawili kwa pamoja walidai kuwa wamekuwa wakipokea vitisho kutoka kwa idara ya Usalama wa Taifa kiasi cha kuamini maisha yao yako hatarini. Tuhuma hizo zilizua gumzo na malalamiko mengi miongoni mwa wananchi kiasi cha kulifanya jeshi la polisi kuamua kufanya uchunguzi ili kupata ukweli na kuwatoa hofu wananchi.

Pamoja na mlolongo mkubwa wa tuhuma dhidi ya idara ya usalama wa Taifa idara hiyo haijawahi kutoa maelezo ya kina kukanusha uvumi unaoenezwa dhidi yake. Kukaa kimya kwa idara hiyo kunatokana na utamaduni wa usiri uliojengwa ndani ya idara hiyo ambao ni msingi muhimu kwa utendaji wa kazi za usalama. Aidha uongozi wa idara hiyo kwa kujua ukweli wa mambo yanayoendelea hupuuzia tuhuma hizo ambazo hutolewa pasipo kuwepo kwa ushahidi wowote unaoweza kuibana idara hiyo moja kwa moja.

Hata hivyo kimya hicho kimewafanya wananchi wengi kuamini kwamba idara ya Usalama wa Taifa inahusika na matukio hayo, na hivyo kutoa tamko lolote kuhusiana na tuhuma hizo kutafanya watu wengi zaidi kufuatilia (*to pay attention*) matukio hayo na hivyo kuichukia zaidi idara na serikali ya chama cha mapinduzi. Imani hiyo pamoja na msisitizo wa vyombo vya habari unawafanya wananchi wengi kuchukulia kimya cha idara hiyo kama kukiri (*confession*) na hivyo kuendelea kuishutumu kwa mambo ambayo pengine haihusiki.

Idara ya Usalama wa Taifa imeundwa kwa sheria ya bunge namba 15 ya mwaka 1996 (*Tanzania Intelligence and Security Service Act* No. 15 of 1996) iliyosainiwa na Rais Benjamin Mkapa tarehe 20 Januari 1997. Sheria hiyo ndiyo inayoipa mamlaka idara ya Usalama wa Taifa kufanya kazi zake ndani na nje ya jamhuri ya muungano wa Tanzania, na pia ina ainisha majukumu, mamlaka na mipaka ya idara ya Usalama wa Taifa.

Kutokana na kuwepo kwa sheria hiyo siyo rahisi kwa maafisa wa idara hiyo kufanya mauaji au kuwatesa raia wasiokuwa na hatia kwani kufanya hivyo itakuwa ni kuvunja sheria na kukiuka mamlaka waliyopewa na bunge. Aidha kutesa na au kuua raia wasiokuwa na hatia ni kinyume na sheria za kimataifa za haki za binadamu ambazo Jamhuri ya Muungano wa Tanzania inajitahidi kuzifuata.

Wakati wa utawala wa mwalimu Nyerere idara ya usalama wa Taifa ilikuwa ikiruhusiwa kumuweka kizuizini mtu yeyote aliyeonekana kupanga njama, au kushiriki kwa namna moja au nyingine katika kufanya vitendo vya kiadui dhidi ya jamhuri ya muungano wa Tanzania, viongozi wake na au maslahi yake. Idara ilikuwa ikifanya hivyo kwa kutumia sheria ya kizuizi *(Detention Act)* iliyokuwa ikiiruhusu idara ya usalama wa Taifa kuwadhibiti maadui wa Taifa bila kuwapeleka mahakamani.

Pamoja na kuwepo kwa sheria hiyo hakuna taarifa, kumbukumbu au malalamiko rasmi kutoka kwa mtu yeyote au taasisi ya kimataifa kudai kwamba mtuhumiwa fulani aliuawa akiwa kizuizini katika mikono ya idara ya usalama wa Taifa au kwa amri ya idara ya usalama wa Taifa. Sheria ya kizuizi *(Detention Act)* ilifutwa baada ya wananchi kulalamika kuwa ilikuwa ya kikandamizaji kwa kuzingatia kwamba haikuwapa watuhumiwa haki ya kujitetea mahakamani.

Pamoja na kutoruhusiwa kufanya mauaji au kutumia nguvu kupita kiasi idara ya Usalama wa Taifa (kama ilivyo kwa jeshi la polisi na JWTZ) inaruhusiwa kutumia nguvu za ziada (*reasonable force*) katika kuwazuia maadui wa taifa kumdhuru rais wa jamhuri ya muungano wa Tanzania, makamu wa rais, rais wa serikali ya mapinduzi Zanzibar, viongozi wengine wa kitaifa na wananchi wote wa Jamhuri ya muungano wa Tanzania kwa ujumla. Hivyo basi maafisa wa idara ya Usalama wa Taifa wanaruhusiwa kutumia nguvu ya ziada au silaha yoyote wanayoona inafaa katika kuwazuia magaidi, majasusi au maadui wengine wanaotaka kufanya mauaji, hujuma, au vitendo vyovyote vya kiadui katika sehemu yoyote ya jamhuri ya muungano wa Tanzania.

Ni muhimu kukumbuka kwamba idara ya Usalama wa Taifa inatakiwa kutumia nguvu inayofaa na isiyozidi kupita kiasi (*reasonable force*) katika kuwadhibiti maadui. Endapo mtu aliyetambuliwa kutaka kufanya vitendo vya kiadui atakuwa na silaha, maafisa wa usalama wa Taifa wanaweza kutumia silaha yoyote watakayoona inafaa ili kumdhibiti adui huyo. Lakini kama mtu huyo hana silaha yoyote maafisa wa usalama hupaswa kumkabili bila kutumia silaha ili kuepusha umwagaji damu.

Mfano halisi ni mtu aliyempiga kibao rais mstaafu Ali Hassan Mwinyi wakati alipokuwa akizungumza na wananchi katika ukumbi wa Diamond jubilee. Pamoja na kufanya kitendo cha kumdharilisha na kumjeruhi rais mstaafu mtu huyo hakuuawa kwa kupigwa risasi au kuchomwa kisu, bali alikamatwa na kukabidhiwa katika vyombo vya sheria (mahakama).

Kama ilivyoelezwa katika kurasa zilizotangulia idara ya usalama wa Taifa ilikuwepo tangu wakati wa utawala wa Mwalimu Julius Nyerere. Katika kipindi hicho idara hii ilikuwa ikifanya kazi zake kimyakimya chini ya mwamvuli wa ofisi ya rais kwa sababu haikuwa imesajiliwa kisheria. Sababu kubwa iliyopelekea kusajiliwa kwa idara hii kisheria ni mabadiliko ya mfumo wa siasa na uchumi yaliyotokea duniani mwishoni mwa miaka ya 1980 na kuingia nchini kwa kasi mwanzoni mwa miaka ya 1990. Msukumo huo ambao pia ulipelekea kuanzishwa kwa mfumo wa siasa wa vyama vingi nchini ulileta mabadiliko makubwa ikiwa pamoja na kuuawa kwa

Azimio la Arusha ambalo ndilo lililoweka misingi ya siasa za ujamaa na kujitegemea nchini.

Mabadiliko hayo na hasa kuanzishwa kwa mfumo wa siasa wa vyama vingi nchini kuliiweka idara ya Usalama wa Taifa katika hali ngumu kiutendaji kutokana na viongozi wengi wa vyama vya siasa vya upinzani kuamini kuwa idara hiyo inafanya kazi ya kukilinda chama tawala na viongozi wake. Dhana hii ambayo mpaka sasa bado imekita mizizi miongoni mwa wananchi na viongozi wa vyama vya siasa ndiyo inayozidisha kutoaminika kwa idara ya usalama wa Taifa na kuifanya itiliwe mashaka kwa kila jambo.

Baadhi ya wakurugenzi waliopata kuongoza idara hii ni pamoja na marehemu Emilio Mzena (Mkurugenzi wa Kwanza) ambae uadilifu na jitihada zake katika kupambana na maovu na kuwadhibiti viongozi wabovu serikalini kulimpatia umaarufu mkubwa kwa wananchi kiasi cha kupachikwa jina la 'Mr Serikali'. Wakurugenzi wengine ni Marehemu Dr Lawrence Gama, Mzee Hans Kitine, Marehemu Luteni Jenerali Imran Kombe, na

Colonel apson, na Haroub Othman.

Wakati wa uongozi wake Colonel Apson alifanya mabadiriko makubwa ya kimuundo na kiutendaji yaliyosaidia kuboresha idara, kuifanya iendane na wakati na kumudu ushindani wa kisayansi na teknolojia.

Colonel Apson pia alihakikisha muswaada wa kuundwa kwa idara ya Usalama wa Taifa kisheria unapelekwa bungeni na hatimaye kusainiwa na rais Benjamin Mkapa kuwa sheria. Hatua hiyo muhimu imesaidia sana kufanikisha utendaji kazi wa idara hiyo nyeti na hivyo kumuweka Colonel Apson katika nafasi ya juu kwenye orodha ya viongozi waliotoa mchango mkubwa na wa kihistoria kwa idara hiyo.

Kimuundo idara ya usalama wa Taifa huongozwa na mkurugenzi mkuu (*Director General*) akisaidiwa na manaibu wakurugenzi wawili (bara na visiwani) pamoja na wakurugenzi wengine wanaoongoza kurugenzi mbalimbali. Kurugenzi hizo ni pamoja na Kurugenzi ya ndani (*Director of Internal Operation*), Kurugenzi ya nje (*Director of External Operation*), Kurugenzi ya uajiri, utafiti na mafunzo (*Director of Recruitment Research and Training*), Kurugenzi ya habari na Teknolojia na (*Director of Information and Technology*) na Kurugenzi ya Utawala (*Director of Administration* - DAP).

Ili kufanikisha kazi zake, idara ya Usalama wa Taifa inazo ofisi katika mikoa na wilaya zote za Tanzania. Ofisi za mikoa huongozwa na maafisa wa idara hiyo wanaotambulika kama Afisa Usalama wa Taifa wa mkoa (*Regional Security Officer* – RSO) na ofisi za wilaya huongozwa na Afisa Usalama wa Taifa wa wilaya (*District Security Officer* – DSO).

———

2

MAJUKUMU NA MIPAKA YA IDARA

Idara ya Usalama wa Taifa ndiyo iliyopewa jukumu la kuilinda jamhuri ya muungano wa Tanzania kutokana na vitendo vyote vya kiadui ikiwa pamoja na ujasusi (*espionage*), uhujumu (*sabotage*), ugaidi (*terrorism*), uhaini (*treason*) na uzandiki (*subversion*). Kwa hiyo maafisa wa usalama wa Taifa wanao wajibu wa kuilinda na kuitetea serikali iliyochaguliwa kihalali na wananchi wa jamhuri ya muungano wa Tanzania ili isiondolewe madarakani kinyume cha sheria kama inavyotamkwa na katiba ya nchi.

Ili kutekeleza kazi ya kuilinda Jamhuri ya Muungano wa Tanzania kutokana na vitendo vya kiadui, idara ya Usalama wa Taifa inaruhusiwa kumchunguza mtu yeyote, kikundi cha watu au taasisi yoyote ya kiserikali au isiyo ya kiserikali kama idara hiyo inayo sababu ya kuamini (*reasonable cause*) kwamba mtu huyo, au taasisi hiyo inahatarisha usalama wa Taifa. Idara inaruhusiwa kisheria kuingia kwa mtu yeyote (kwa lengo la kumchunguza), idara yoyote ya serikali, mamlaka yoyote, polisi au *policing organization* yoyote kwa lengo la kupata taarifa zinazoweza kusaidia kulinda usalama wa Taifa.

Idara inalo jukumu la kukusanya taarifa za kiitelejensia, kuzichambua, na kuzitumia taarifa hizo kuzuia vitendo vyovyote vya kiadui vinavyo elekezwa kwa wananchi, rasilimali, au milki yoyote ya Jamhuri ya muungano wa Tanzania, na kisha kutumia taarifa ilizokusanya kumshauri Rais wa nchi, Mawaziri na watu wengine waliopewa mamlaka ya kisheria kusimamia masuala mbalimbali ya kiusalama, kijamii na kiutendaji.

Hivyo basi ni wajibu wa idara ya Usalama wa Taifa kuvifahamisha vyombo vingine vya dola kuhusu uwezekano wa kuwepo kwa vitendo vya kiadui vinavyo elekezwa, au vinavyopangwa kuelekezwa kwa jamhuri ya muungano wa Tanzania, sehemu yake au milki zake; kuwadhibiti watu au kikundi cha watu wanaopanga kufanya maangamizi, mapinduzi, na au wanaotoa vitisho na maneno ya kuwashawishi wananchi kuipindua serikali (uzandiki), au kupanga njama nyingine zozote ya kuiondoa serikali harali madarakani pasipo kupiga kura kama inavyoagizwa na katiba ya Jamhuri ya muungano wa Tanzania.

Idara hii pia inalo jukumu kubwa la kuzuia vitendo vyote vya kigaidi (*terrorism*) vinavyopangwa kufanyika katika ardhi ya Tanzania bara, Zanzibar au sehemu nyinginezo ambazo ni mali ya jamhuri ya muungano wa Tanzania (hususan ofisi za ubalozi). Idara inapaswa kufanya uchunguzi wa kina kuwatambua magaidi wanaohusika na kuvifahamisha vyombo vingine vya dola ili kupanga mikakati ya kuwadhibiti, kuwakamata, na kuwafikisha watuhumiwa hao mahakamani.

Idara inapaswa kuchunguza, kugundua na kuzuia njama zozote zinazopangwa na mtu binafsi, kikundi cha watu, au nchi jirani zenye lengo la kuleta machafuko, mauaji au

maangamizi ya aina yoyote kwa wananchi wa
jamhuri ya mungano wa Tanzania kwa lengo
la kujipatia mafanikio ya kisiasa, kiuchumi, au
kijamii ndani na nje ya jamhuri ya muungano
wa Tanzania.

Idara ya Usalama wa Taifa inatakiwa
kuwatambua watu wanaopanga mipango hiyo,
na watu au serikali zinazo wasaidia katika
kutekeleza mipango hiyo kwa kutoa fedha,
mafunzo, ulinzi na kadhalika. Kuchunguza
vitendo vinavyofanywa na serikali za nje, asasi
zisizo za kiserikali na wageni wanaoingia
nchini ili kubaini njama zinazounga mkono au
kusaidia vitendo vya kijasusi au hujuma katika
jamhuri ya muungano wa Tanzania.

Pia ni wajibu wa idara ya usalama wa Taifa
kuhakikisha wananchi wa Tanzania
wanaendelea kuishi kwa amani, mshikamano
na utulivu kwa kuchunguza na kubaini
matatizo mbalimbali yanayo wakabili
wananchi, na kuishauri serikali iliyopo
madarakani namna ya kuondoa kero hizo.

Idara ya Usalama wa Taifa pia ndiyo yenye
jukumu la kuwalinda viongozi wote wa kitaifa
ikiwa pamoja na rais wa jamhuri ya

muungano wa Tanzania, rais wa serikali ya mapinduzi Zanzibar, makamu wa rais, waziri mkuu na watu wengine ambao kwa sababu moja au nyingine idara ya usalama wa Taifa itaona wanahitaji kupewa ulinzi.

Zaidi ya yote, idara ya Usalama wa Taifa inawajibika kukusanya taarifa zote za kiusalama ndani na nje ya nchi na kuishauri serikali (rais) kufanya maamuzi mazuri na yenye faida kwa jamhuri ya muungano wa Tanzania na watu wake.

Kutokana na majukumu mazito ya idara hii, maafisa wa idara ya usalama wa Taifa wanalindwa na sheria na hawawezi kushitakiwa mahakamani kwa jambo lolote walilolifanya wakati wakiwa katika kutekeleza majukumu ya idara ya Usalama wa Taifa.

MIPAKA YA IDARA

Sheria namba 15 ya idara ya usalama wa Taifa (1996) inafafanua kuwa (nanukuu) *"It shall not be a function of the service (a) to enforce measures for security, or (b) to institute surveillance of any person or category of person by reason only of his or their involvement in lawful protest, or dissent in respect of any matter affecting the constitution, the laws or the Government of Tanzania*" (mwisho wa kunukuu). Kifungu hiki kinatoa maelezo ya wazi kwamba idara ya usalama wa Taifa haina mamlaka ya kuchukua hatua za moja kwa moja katika ku 'enforce' masuala ya kiusalama kinyume na majukumu yake ya kawaida.

Kwa sababu hiyo sio kazi ya idara ya Usalama wa Taifa kuwakamata watu, kuwaweka rumande, kuwatesa, au kuwaua wapinzani kama watu wengine wanavyo amini. Jeshi la polisi na hususan idara ya upelelezi wa makosa ya jinai ndiyo inayowajibika kuwakamata watuhumiwa, kuwaweka rumande, kufanya uchunguzi wa makosa yao, kuwafikisha mahakamani na kutoa ushahidi wa kuwatia hatiani.

Kifungu hicho cha sheria kinafafanua pia kwamba si kazi ya idara ya Usalama wa Taifa kumfuatilia mtu yeyote au kikundi cha watu kwa sababu ya kutumia haki yao ya kidemokrasia kujiunga na vyama vya siasa (vya upinzani), au kushiriki katika upinzani halali. Bila kuficha, kifungu hiki cha sheria kinawapa uhuru viongozi na wanachama wa vyama vya upinzani kuendelea na shughuli zao kwa kufuata taratibu za sheria kama zilivyo ainishwa na katiba ya jamhuri ya muungano wa Tanzania bila kufuatwa fuatwa, wala kubugudhiwa na idara ya usalama wa Taifa.

Kutokana na kutofahamu haki zao kisheria, kutoiamini idara ya Usalama wa Taifa, na au kufanya propaganza za kisiasa baadhi ya viongozi na wanachama wa vyama vya upinzani hupiga kelele na kuilaumu idara hii kila wanapoitwa kushauriwa, kupewa maelekezo au kuonywa na maafisa wa idara ya Usalama wa Taifa. Aidha kutoijua vizuri idara hii kumewafanya wananchi na viongozi wengi wa vyama vya upinzani kuwashutumu wenzao (hasa wabunge wa kambi ya upinzani) wanao onekana kuzungumza au kuwa karibu na maafisa wa idara ya Usalama wa Taifa.

Kwa mfano, mwanzoni mwa mwaka 2012 vyombo kadhaa vya habari nchini viliandika taarifa na makala nyingi za kumtuhumu mbunge wa Kigoma mjini mheshimiwa Zitto Kabwe (CHADEMA) kwamba ni pandikizi la CCM katika upinzani baada ya kupatikana habari kwamba mbunge huyo alikuwa na mawasiliano ya karibu na afisa mwandamizi wa idara ya Usalama wa Taifa. Ni vema wananchi wakatambua kwamba idara ya Usalama wa Taifa si chombo cha chama tawala bali ni idara ya serikali inayo jitegemea kama lilivyo jeshi la wananchi, jeshi la polisi au idara ya mahakama na hivyo hawana sababu yoyote ya kuiogopa.

————

3

MAAFISA WA IDARA

Maafisa wa idara ya Usalama wa Taifa pia hujulikana kama mashushu, askari kanzu, majasusi (*spies*), wanausalama (*security*), wafanyakazi wa kampuni ya nyasi. Mbu, nyoka na kadharika. Majina haya pamoja na mengine mengi ya kejeli hubandikizwa maafisa usalama kutokana na aina ya kazi wanazozifanya katika mazingira mbalimbali.

Ukiachilia mbali majina hayo ya kweli na ya mizaha maafisa usalama wa Taifa ni watumishi wa serikali - waajiriwa wa ofisi ya rais idara ya Usalama wa Taifa. Maafisa hawa ni watu wa kawaida kabisa kama walivyo maafisa wa vyombo vingine vya dola au idara nyingine za serikali. Wengi wa maafisa hawa huishi maisha ya kawaida na hawana mbwembwe wala

makeke kama maafisa wa idara nyingine za
serikali au mashirika ya kimataifa. Tofauti
pekee iliyopo kati ya maafisa hawa na watu
wengine wa kawaida ni mafunzo ya hali ya juu
wanayopewa maafisa hao. Mafunzo hayo
huwafanya waweze kumudu kazi zao katika
mazingira magumu ambayo raia wa kawaida
hawawezi kuvumilia au kuishi. Mafunzo hayo
pia huwawezesha maafisa kufikiri na kufanya
maamuzi ya haraka na sahihi.

Ikumbukwe kwamba mojawapo ya kazi ya
maafisa wa idara ya Usalama wa Taifa ni
kufuatilia nyendo za magaidi, majasusi na
hata wapiganaji wa majeshi yetu ya ulinzi na
usalama wanaokosa nidhamu na kuenenda
kinyume na taratibu za jeshi kwa kufanya
mambo yanayo hatarisha usalama wa Taifa
(kama ilivyokuwa mwaka 1985 wakati baadhi
ya wanajeshi walioasi walipotaka kupindua
nchi). Ili kuweza kumudu kupambana na
makomando au majasusi wengine wenye ujuzi
wa hali ya juu idara ya usalama wa Taifa
huhakikisha maafisa wake wanapata mafunzo
ya juu kabisa kulingana na fani zao, na
mazingira wanayo kwenda kufanya kazi.

Maafisa wa idara ya Usalama wa Taifa wamegawanyika katika makundi makuu mawili: Maafisa wa wazi - wanaofanya kazi za wazi (*overty oparations*) na maafisa wa kificho - wanaofanya kazi za kificho (*Coverty operations*).

(i)   *Maafisa wa wazi*

Kwa kawaida maafisa wanaofanya kazi za wazi ndio wanao fahamika zaidi kutokana na kuonekana katika shughuli mbalimbali zinazo watambulisha. Baadhi ya maafisa hawa ni wale wanaofanya kazi katika ofisi ya rais – ikulu, ofisi za usalama wa Taifa za wilaya na mikoa, walinzi wa viongozi mbalimbali wa kitaifa, wawakilishi wa idara hiyo katika kamati za ulinzi na usalama, tume mbalimbali zinazoundwa, na pia washiriki katika operesheni zinazo shirikisha vyombo mbalimbali vya dola (Polisi, Jeshi, Uhamiaji n.k). Kutokana na majukumu yao maafisa hawa huruhusiwa kujitambulisha hadharani, kutoa ushauri kwa viongozi, na hata kutoa mafunzo ya usalama wa Taifa kwa viongozi, walimu, na wana diplomasia wanapotakiwa kufanya hivyo kwa mujibu wa sheria.

Kutokana na kutofahamu utendaji wa idara,

wananchi wengi huwaogopa sana maafisa hawa (wa wazi) kwa kuamini kuwa ni watu hatari wanaoweza kumdhuru mtu yeyote wanayetaka, au kufanya njama za kumuharibia maisha mtu yeyote kwa namna moja au nyingine. Hata hivyo ukweli ni kwamba wengi wa maafisa hawa ni waadilifu na hujitahidi sana kujenga mahusiano mazuri na wananchi ili waweze kufanikisha kazi zao. Hujitahidi kufanya kazi zao kwa mujibu wa sheria na kufuata misingi ya utendaji kazi wa idara hiyo hususan kwa kujua kwamba idara ya usalama wa Taifa ina mkono mrefu na inaweza kumfuatilia afisa yeyote anaye kiuka miiko ya idara na kumuadibisha.

(ii) Maafisa wa kificho

Hawa ni maafisa wanao fanya kazi za kificho (*Coverty operations*). Ingawa kimsingi kazi zote za idara ya usalama wa Taifa hufanywa kwa siri, maafisa wa kificho hufanya kazi za siri kuu (*Top Secret*) ambazo wengi wa maafisa na hata viongozi wengine wa ngazi za juu wa idara hii hawajui kama zinafanyika katika wakati husika. Kama ikitokea afisa kujua operesheni fulani nafanyika kamwe hawezi kujua inafanywa wapi, inafanywa na nani, au inafanyikaje. Kazi za kificho ni pamoja na ufuatiliaji watu wanao shukiwa kufanya vitendo vya kiadui (*surveillance*), kurekodi mawasiliano yote ya *electronics* yanayo fanywa na maadui ikiwa ni pamoja na mazungumzo ya simu za nyumbani na mkononi (*telephone interception*) ukaguzi wa barua na barua pepe (*mail and email sensorship*) na kadharika.

Maafisa wa kificho (*Penetrated officers*) hujipenyeza katika idara nyeti za serikali, ofisi za mashirika ya umma, makampuni ya kigeni, viwanda, vyombo vya habari, na wengine huruhusiwa hata kufungua biashara zao binafsi kwa mtaji wa idara ya Usalama wa Taifa ili waweze kufanikiwa kukamilisha malengo ya idara hiyo. Maafisa wa kificho pia huhusika na utendaji wa operesheni za nje ya nchi yaani ujasusi (*spying*).

Tofauti na maafisa Usalama wa Taifa wa wazi Maafisa wa kificho hawaruhusiwi kujitambulisha hadharani (kwamba wao ni maafisa wa idara ya Usalama wa Taifa), wala kufanya kitendo chochote kitakachofanya raia wa kawaida (wasio maafisa wa idara ya

Usalama wa Taifa) kujua au kuhisi kwamba muhusika ni afisa wa idara ya Usalama wa Taifa. Inapotokea afisa wa kificho kutambuliwa au kuhisiwa kwamba ni afisa wa idara ya Usalama wa Taifa (kuumbuka) huondolewa katika kituo anachofanyia kazi na kupelekwa sehemu nyingine ili kulinda *'identity'* yake.

Kutokana na ugumu wa kazi wanazofanya maafisa hawa hupatiwa mafunzo ya hali ya juu na pia wenyewe hujitahidi sana kulinda uwezo wao wa mwili na kiakili ili muda wote wanapotakiwa kufanya kazi fulani ya hatari wawe tayari. Ukweli ni kwamba kama ni suala la kuogopa maafisa usalama wa Taifa, basi maafisa hawa ndio wangepaswa kuogopwa sana kwani kuwepo kwao mahali huwa kama mzimu *(ghost)*.

Wakati maafisa wa wazi wanapokuwa katika hoteli, baa au sehemu nyingine za starehe, raia wanao wafahamu huchukua tahadhari kubwa katika maongezi kwa kuchelea kuropoka jambo litakalo mvutia afisa wa usalama wa Taifa. Inachekesha kwamba mara zote raia hao huongea kwa furaha, na mara nyingine kuwaeleza mambo yao ya siri maafisa usalama wa Taifa wa kificho bila kujua kwamba watu hao nao ni waajiriwa wa idara ya Usalama wa Taifa. Ni kwa jinsi hiyo idara ya usalama wa Taifa huweza kupata taarifa muhimu kwa usahihi na kwa wakati unaotakiwa.

Katika miaka ya karibuni vijana wengi wamekuwa wakitamani sana kuwa maafisa usalama. Tamaa hiyo huwenda imejengwa na sinema nyingi za kusisimua zinazoonesha simulizi mbalimbali za utendaji wa maafisa usalama na majasusi wa nchi mbalimbali (*spies*). Kuongezeka kwa matumizi ya luninga (TV) kumefanya idadi kubwa zaidi ya wananchi kushuhudia walinzi wa rais wanavyoning'inia katika magari ya kifahari huku wakiwa wamevalia suti za kupendeza. Mbwembwe za walinzi hao ambazo huwa kubwa zaidi wakati wa sherehe za kitaifa na mapokezi ya viongozi wageni huwavuta vijana wengi na kutamani kuwa majasusi.

Wapo pia watu wengi wanaotamani kazi hii kwa kuamini kuwa kama wakiipata maisha yao yatakuwa ya anasa, furaha na sherehe zisizokwisha. Hata hivyo ukweli ni kwamba kazi ya usalama wa Taifa si lele mama. Kazi hii kama zilivyo kazi zote za jeshi ni ngumu, inasababisha msongo mkubwa wa mawazo (*stress*) na hivyo inahitaji mtu mwenye moyo wa ujasili, uvumilivu wa hali ya juu na kujitoa muhanga kwa ajili ya nchi yake.

Vilevile ni lazima ieleweke kwamba si kila mtu anayejiunga na idara ya usalama wa Taifa anaweza kupata nafasi ya kuwa mlinzi wa rais, mkuu wa usalama wa Taifa wa wilaya au nafasi nyingine za kuvutia. Mtu akiisha ingia katika idara ya usalama wa Taifa hupangiwa kazi kutegemea mafunzo aliyoyapata, uwezo wake wa ki akili na kimwili (*physical and mental abilities*) na mahitaji ya idara ya usalama wa Taifa kwa wakati husika.

Ieleweke pia kwamba maafisa usalama wa Taifa hufanya kazi ngumu, za hatari na nyingine za kukera kuliko wananchi wanavyofikiri. Wakati wananchi wakifurahi na kushangilia kila wanapowaona walinzi wa rais (*body guards*) wakiingia uwanja wa Taifa kwa mbwembwe kushuhudia gwaride au sherehe fulani ya kiserikali, maafisa wengine wa idara hiyohiyo huwa wamekesha usiku kucha katika uwanja huo kuhakikisha kuwa hakuna adui anayetega bomu au kufanya jambo lolote linaloweza kuleta madhara kwa kiongozi au wananchi waliohudhuria shughuli husika. Aidha wakati rais na wananchi wengine wakiburudika kwa ngoma, muziki, gwaride na burudani nyinginezo uwanjani hapo maafisa wa usalama wa Taifa kadhaa huwa juu ya mapaa ya nyumba, barabarani, katika madaraja na sehemu nyinginezo zinazo wawezesha kuona usalama wa uwanja na njia atakayopita kiongozi. Maafisa hao huwajibika kuwa katika maeneo yao bila kujali mvua, jua, vumbi au kero nyinginezo zinazoweza kumfanya mtu wa kawaida asitamani kukaa katika eneo husika. Watu wengi wa kawaida hawezi kuamini kwamba wakati baadhi ya maafisa wa idara hiyo wakiwa wamevaa suti na tai maafisa wengine huwa wamevaa migolole, kanzu, vikoi na hata nguo zenye viraka ili mradi waweze kuendana na mazingira ya mahali walipotumwa kufanya kazi.

Kutokana na kazi zao maafisa usalama wa Taifa huwa katika hatari kubwa ya kufanyiwa vitendo vya kiadui. Maafisa wa kificho hususani wanaofanya kazi za kijasusi huwa katika hatari kubwa zaidi ya kutekwa nyara, kuteswa, kuuawa na au kukamatwa na kushitakiwa kwa mujibu wa sheria za nchi husika. Mara nyingi maafisa (majasusi) wanaokamatwa ugenini huhukumiwa vifungo vya maisha au kuuawa kwa kupigwa risasi, kunyongwa, na hata kuchinjwa.

———

4

IDARA INAVYOFANYA KAZI

Kama zilivyo wizara na idara nyingine za serikali idara ya usalama wa Taifa hufanya kazi kwa kufuata sheria za jamhuri ya muungano wa Tanzania na miongozo mbalimbali inayotolewa na serikali. Hata hivyo kutokana na unyeti wa kazi zake idara imejiundia taratibu na kanuni zake ambazo hazipatikani wala kufuatwa na idara nyingine yoyote. Baadhi ya mambo muhimu yanayozingatiwa na idara hiyo ni haya yafuatayo:

(i) Usiri

Kama ilivyoelezwa katika sura zilizo tangulia, idara ya usalama wa Taifa hufanya kazi zake kwa usiri wa hali ya juu ndani na nje ya ofisi za idara hiyo. Maafisa wote wa idara hii nyeti hufundishwa kuzingatia usiri wa hali ya juu katika kila kazi wanayofanya. Katika hali ya kawaida maafisa wa usalama wa Taifa hawaruhusiwi kufuatilia au kuchunguza habari za kazi inayofanywa na afisa mwingine bila kupewa kibali. Inapotokea afisa wa idara kupata taarifa nyeti zinazoweza kusaidia uchunguzi wa suala asilo lishughulikia, afisa huyo hutakiwa kupeleka taarifa za suala hilo kwa kiongozi wake ili ziweze kufikishwa kwa maafisa wanao lifanyia kazi. Utaratibu huu hujulikana kama usiri sambamba, *compatimentation* au *need to know*.

Ili kufanikisha usiri sambamba kwa maafisa na viongozi wake idara imeweka mashalti na taratibu nyingi ambazo maafisa na viongozi wa idara hiyo hupaswa kuzifuata katika utendaji wao wa kila siku. Maafisa hawaruhusiwi kuingia katika majengo au ofisi zisizowahusu isipokuwa kwa kibari maalumu, hawaruhusiwi kuambiana habari za kazi wanazofanya, kuwataja watu wanao shirikiana nao au kuwatumia katika kufanikisha kazi zao, wala kuonesha mafaili au kumbukumbu zozote za kesi wanazo zishughulikia kwa mtu au afisa asiyehusika na kazi hiyo. Utaratibu huu ambao pia hufuatwa na idara nyingine zote za usalama duniani umewekwa ili kulinda usalama wa maafisa, na watoa habari wanao saidia idara hizo katika kufanikisha kazi zake.

Pamoja na usiri mkubwa unaofuatwa na idara ya usalama wa Taifa, bado wananchi wasio waajiriwa wa idara wanaruhusiwa kwenda katika baadhi ya ofisi za idara hiyo. Ofisi ambazo ziko wazi kwa wananchi wote ni pamoja na zile za usalama wa Taifa za mikoa, wilaya na nyingine zote zinazo shughulikia operesheni za wazi. Katika ofisi hizi wapo maafisa ambao huwa tayari kupokea taarifa za ki usalama kutoka kwa mtu yeyote, na pia kutoa ushauri au maelekezo kuhusu masuala mbalimbali ya kiusalama. Hata hivyo raia hawaruhusiwi kufika katika ofisi zinazo shughulikia kazi za kificho.

(ii) Ukusanyaji wa taarifa

Kazi kuu ya idara ya usalama wa Taifa ni kukusanya taarifa mbalimbali za kiusalama ndani na nje ya jamhuri ya muungano wa Tanzania. Taarifa hizo hukusanywa kwa kuwatumia maafisa wa idara, watoa habari, mashirika ya kijasusi, na kwa kutumia vifaa vya kisayansi na teknolojia.

Katika kutekeleza kazi hii maafisa wa usalama huweza kusikiliza mazungumzo ya simu za watu wanaoshukiwa kupanga njama za kutenda vitendo vya kiadui (*telephone interception*), hufungua, kusoma na kutafsiri ujumbe (*messages*) zinazotumwa kwa barua pepe (*email*), *twitter*, *facebook*, *blogs* na simu za upepo. Idara huwatumia wataalam wake wa sayansi na teknolojia kufungua mafumbo (*codes*) zinazonaswa kwenye mawasiliano ya angani, zinazochapwa katika magazeti kama matangazo, na zile zinazorushwa kama picha au video katika mitandao ya kijamii kama vile *Youtube* na *Vimeo*.

(a) Watoa habari

Watoa habari si waajiriwa wa idara ya usalama ya taifa, bali ni watu wanaotumiwa na idara hiyo kukusanya taarifa kutoka katika maeneo mbalimbali waliyojipenyeza. Maeneo hayo yanaweza kuwa sehemu wanazoishi, makampuni au mashirika wanayofanyia kazi, nyumba za ibada wanazokwenda kuabudu, au sehemu za starehe wanazotembelea.

Ingawa watoa habari huwa hawajulikani wala kuzungumziwa ni watu muhimu sana kwa utendaji na mafanikio ya idara yoyote ya usalama duniani. Pamoja na maendeleo makubwa ya sayansi na teknolojia yaliyofikiwa na nchi zilizoendelea bado mashirika makubwa ya usalama duniani yanaendelea kutumia watoa habari katika kufanikisha ukusanyaji wa taarifa. Watoa habari huweza kupenya na kukokotoa taarifa mahali ambapo mitambo ya kisasa na hata *setelite* haziwezi kupata lolote.

Kutokana na umuhimu wao watoa habari hupewa majina mbalimbali kutegemea aina ya chombo wanachokifanyia kazi. Majina hayo ni pamoja na Mali (*Asset*), Chanzo (*Source*), mtoa habari (*informer*) mwanga (*light*), Mbu (*mosquito*) na kadharika. Idara za usalama huwalinda watoa habari wake kama vile mtu anavyotunza mboni ya jicho lake. Majina ya watoa habari (*Assets*) ni siri kuu (*Top Secret*) inayolindwa kuliko kitu kingine chochote. Inapotokea mtoa habari kuumbuka idara za usalama huacha kabisa kufanya kazi na mtu huyo ili kulinda uhai wake na kuwahadaa wananchi wanao muhisi. Kimsingi watoa habari huwa katika hatari kubwa zaidi ya kutendewa vitendo vya kiadui kuliko maafisa wa usalama wenyewe.

Ili kuwatoa mashaka na kuwawezesha kufanya kazi vizuri maafisa wa usalama huwajibika kuwafundisha watoa habari wao mbinu sahihi za kuwasiliana nao, namna ya kukusanya taarifa za ki usalama bila kutiliwa mashaka, kuziandika na kuziwasilisha kwa afisa muhusika bila kuonekana na watu wasiohusika. Watoa habari wanaofanya kazi katika mazingira ya hatari zaidi huweza kufundishwa mbinu mbalimbali za kujilinda endapo watavamiwa, na au namna ya kujitetea endapo mtu atashuku kwamba muhusika anatoa habari za kiitelejensia kwa maafisa wa idara ya usalama.

Ingawa kila mtoa habari ni *asset* muhimu kwa idara za usalama wa Taifa, watoa habari walioko katika target za maana hupewa uzito mkubwa zaidi na aghalabu hulipwa fedha nyingi kulingana na kazi zao. Mashirika ya kijasusi hujitahidi sana kuajiri (*recruit*) watu wanaofanya kazi katika idara za usalama za nchi nyingine, makambi ya jeshi, viwanda vya silaha, balozi za nchi za nje, viwanja vya ndege, ikulu, makampuni ya simu na teknolojia, na hata wake za watu mashuhuri (VIP) au wenye nyadhifa serikalini.

Kwa mfano, wakati wa vita baridi (*Cold war*) kati ya Marekani na Urusi mashirika ya ujasusi ya nchi hizo (CIA na KGB) yalifanya kazi kubwa ya kununua watoa habari kutoka ndani ya idara pinzani na kuwatumia kupata siri za nchi nyingine. Hali hiyo ilisababisha kuongezeka kwa mvutano na ukali wa vita baridi hususan kila nchi pinzani ilipopata majina ya maafisa wake wanaotumiwa na adui (*doublé agents*). Ili kuwabana maafisa wake kila nchi ilitangaza na kutekeleza adhabu ya kifo kwa maafisa waliobainika kuuza siri za nchi au kushirikiana na idara za usalama za nchi nyingine kinyume na utaratibu.

(b) Vifaa vya kijasusi

Idara ya usalama wa Taifa kama zilivyo idara nyingine zote za kijasusi hutumia vifaa vya upelelezi vilivyotengenezwa kwa kutumia teknolojia ya hali ya juu. Vifaa hivyo ni pamoja na mitambo ya kunasa, kuchuja na kurekodi mazungumzo ya simu, barua pepe na njia nyingine mbalimbali za mawasiliano. Kwa kutumia top secret *microphones* na *transmiters* zinazoweza kufichwa katika nyumba, gari na hata mavazi ya *subject* idara huweza kusikiliza moja kwa moja (*live*) mazungumzo ya watu wanaotiliwa mashaka bila wahusika kuhisi kuwa wanafuatiliwa. Idara pia huweza kutumia *secret cameras*, *drones*, na mitambo mingine ya kijasusi kuweza kutambua na kurekodi nyendo za adui bila kuwepo katika mahali husika.

Baada ya vifaa husika kukusanya taarifa zinazohitajika wataalam maalumu wa uchambuzi (*analysis*) huzifanyia kazi taarifa husika na kisha kutoa taarifa kwa kitengo husika (ndani ya idara) kinachopaswa kuendeleza uchunguzi, kutoa ushauri serikalini, au kupanga mikakati ya kuwakamata watuhumiwa. Endapo idara itakuwa imekamilisha uchunguzi wake kiasi cha kuamua kuwakamata wahusika huandaa operesheni maalumu kwa shirikiana na maaskari wa idara ya upelelezi wa makosa ya jinai au maaskari wa jeshi la wananchi

(*Millitary Police*).

Pamoja na ushirikiano mzuri uliopo kati ya idara ya usalama wa Taifa na vyombo vingine vya dola mara nyingine idara (*TISS*) huendesha operesheni ya kuwakamata wahusika kwa kutumia makomando wake bila kushirikisha idara ya upelelezi wa makosa ya jinai au *millitary police*. Idara hufanya hivyo pale tu inapotaka kumkamata jasusi, gaidi, muhaini au muhalifu mwingine ambaye anaweza kusaidia kutoa taarifa zinazoweza kusaidia kufanikisha uchunguzi unaoendelea ndani ya idara, au kusaidia kupatikana kwa wahusika wengine kabla hawajashituka na kutoroka nchini. Operesheni za aina hii husaidia pia kupunguza wasiwasi wa kuvuja kwa siri kwa watu wasio maafisa wa idara ya usalama wa Taifa.

(c) Mashirika ya kijasusi

Pamoja na kutumia maafisa wake, watoa habari, na vifaa vya kijasusi vilivyotengenezwa kwa kutumia taaluma ya juu kabisa idara ya usalama wa Taifa hufanya kazi kwa kushirikiana na mashirika ya ujasusi ya nchi nyingine (rafiki) na makampuni binafsi yanayofanya kazi za kijasusi kibiashara. Idara huweza kununua taarifa, au kuweka mikataba ya kubadirishana taarifa na mashirika au idara za ujasusi zenye malengo yanayofanana au kukidhi mahitaji ya idara ya usalama wa Taifa.

Nyakati za vita idara za usalama huweza kushirikiana na waasi au wapigania uhuru wanaokusudia kuitoa serikali ya adui madarakani. Idara huweza kuwashawishi waasi (wapigania uhuru) kwa fedha, ahadi za kupatiwa misaada ya kijeshi, na hifadhi ya ukimbizi endapo mambo yataenda kombo.

(iii) Ulinzi wa viongozi

Idara ya usalama wa usalama wa Taifa hufanya kazi ya ulinzi wa viongozi kwa namna kuu mbili: (a) kufanya tathmini ya hali ya hatari, vitisho na usalama wa viongozi, (b) Kufanya ulinzi wa wazi kwa kuwatumia walinzi wa karibu (*body guards*).

(a) Tathmini ya hali ya usalama, hatari na vitisho (Threat analysis).

Idara hukusanya taarifa za hali ya usalama, hatari na vitisho vinavyomkabili kila kiongozi (binafsi) na pia viongozi wote wa serikali kwa ujumla wao. Taarifa hizi hutumika kupanga aina ya ulinzi unaofaa kwa kila kiongozi husika. Idara ikibaini kuwepo kwa vitisho, nyendo za kutia mashaka au malalamiko mengi kuhusu kiongozi huongeza ulinzi kwa kiongozi husika na pia humshauri kupunguza matembezi au ziara katika maeneo tatanishi. Endapo idara itaona hakuna vitisho au malalamiko mengi dhidi ya kiongozi humshauri kuendelea na taratibu zake za kawaida ikiwa pamoja na kutembelea sehemu zenye mikusanyiko ya watu bila kuwa na ulinzi mkali kupita kiasi.

(b) *Walinzi wa karibu (body guards)*

Idara hutumia maafisa wake waliopewa mafunzo maalum ya ulinzi wa viongozi kuwalinda viongozi wa kitaifa (rais, makamu wa rais, waziri mkuu, wakuu wa idara za usalama) na watu wengine ambao kwa sababu yoyote idara imeamua kuwawekea ulinzi. Walinzi wa viongozi huwajibika kufanya ukaguzi wa njia (root analysis), kutambua aina ya watu atakaokutana nao kiongozi katika ziara au safari zake binafsi, kuwadhibiti watu wanaotaka kufanya vitendo vya kiadui na kupambana na mtu au mtu yeyote anayefanya mashambulizi ya moja kwa moja kwa kiongozi. Walinzi wa kiongozi huwajibika pia kutoa huduma ya kwanza kwa kiongozi endapo atapatwa na dharula au kujeruhiwa kwa namna yoyote ile.

5

MAFANIKIO YA IDARA

Idara ya usalama wa Taifa imefanikiwa sana katika kuhakikisha kuwa Tanzania inaendelea kuwa nchi ya amani na utulivu. Kutokana na kazi kubwa inayofanywa na idara hiyo kwa kushirikiana na vyombo vingine vya dola wananchi wa Tanzania wanaendelea kujivunia amani, usalama na utulivu uliopo nchini na hivyo kuishi kwa amani tofauti na nchi nyingine za Afrika.

Idara ya Usalama wa Taifa imefanikiwa kufanya hivyo kwa kujenga mahusiano mazuri na ushirikiano wa karibu kati yake na vyombo vingine vya dola hususan jeshi la wananchi wa Tanzania, jeshi la polisi, idara ya uhamiaji, kikosi cha kuzuia rushwa, mahakama na magereza. Ushirikiano huo umesaidia sana kuwepo kwa utii na nidhamu ya hali ya juu kwa maafisa na wapiganaji wa majeshi yetu ya ulinzi na usalama, kupunguza migogoro ya ndani, na kuwadhibiti wahalifu. Nidhamu imeyafanya majeshi yetu ya ulinzi na usalama kuendelea kuwa matulivu na yenye utii wa hali ya juu hata pale wanajeshi walipokosa sare au mabuti ya kuvaa msituni. Hali hiyo imewafanya wananchi kujenga imani kubwa kwa serikali, kushiriki kikamilifu katika kuwafichua wahalifu na kuendelea kuishi kwa amani na utulivu.

Ubora wa majeshi ya Tanzania unaweza kuonekana zaidi kwa kuangalia majeshi ya nchi nyingine za Afrika ambapo maafisa na wapiganaji wasiokuwa na nidhamu huwa na tabia ya kupora mali za wananchi, kuwatesa raia wasiokuwa na hatia, kubaka wanawake na hata kufanya majaribio mengi ya kuziondoa serikali halali madarakani. Mambo hayo hayatokei katika Tanzania kwa sababu idara ya usalama wa Taifa kwa kushirikiana na idara ya usalama ya jeshi (MI) zimekuwa zikiwachuja na kuwasasambua watu wanaoomba nafasi za kazi katika majeshi yetu ili kuhakikisha kuwa wanazo sifa zinazo stahili. Aidha idara hizi mbili hufanya kazi endelevu ya kuwafuatilia wapiganaji na maafisa wa majeshi yetu wanapokuwa kazini ili kuhakikisha wanaendelea kuwa na nidhamu inayotakiwa, na kuwachukulia hatua za kinidhamu wale wanao bainika kuwa ni wakorofi.

Mafanikio mengine makubwa yaliyo oneshwa na idara hii ni kushiriki kwake katika mapambano ya kumng'oa nduli Iddi Amini Dada wa Uganda aliyeivamia nchi yetu mwaka 1978. Katika tukio hilo la kihistoria idara ya usalama wa Taifa ikishirikiana na idara ya usalama ya jeshi (MI) ilifanikiwa kupenyeza maafisa wake ndani ya Uganda ambako walifanya kazi kubwa ya kupenya ngome ya adui. Maafisa hao walifanikiwa kukusanya taarifa nyingi za kiusalama zilizowawezesha majemedari wetu wa vita kupanga mikakati ya kumdhibiti adui na hatimaye kupata ushindi.

Licha ya kukusanya taarifa maafisa wa idara ya usalama wa Taifa walishirikiana bega kwa bega na waasi wa serikali ya Uganda, makamanda, na wapiganaji wa JWTZ katika

mapambano ya kumng'oa nduli Iddi Amini
na baadae katika uundaji wa serikali ya umoja
wa kitaifa nchini humo. Katika kipindi hicho
maafisa wa Usalama wa Taifa walifanya kazi
kubwa na ya hatari mno ili kuhakikisha nchi
yetu inashinda vita hivyo.

Jitihada nyingine zilizofanywa na idara hii ili
kusaidia kuleta amani nchini ni uundaji wa
kamati za ulinzi na usalama katika wilaya na
mikoa yote ya Tanzania. Kamati hizo zina
jukumu la kushughulikia masuala ya kiusalama
katika ngazi za wilaya na mikoa ambako ndiko
waliko wananchi wengi. Kamati hizi
zimekuwa msaada mkubwa katika kutatua
migogoro mbalimbali, kutoa miongozo ya
kiusalama, na kusimamia usalama wa
wananchi na mali zao katika maeneo husika.

Katika miaka ya 1980 idara ya usalama wa
Taifa ilishiriki kikamilifu katika kufanikisha
vita dhidi ya wahujumu uchumi ambao
walikuwa wameanza kudhibiti uchumi wa
Tanzania na kuwatumbukiza wananchi katika
janga kubwa la umaskini. Idara ya usalama wa
Taifa ilifanya uchunguzi wa kuwatambua
wahusika, watu waliokuwa wakishirikiana nao,

na serikali za nje zilizokuwa zikihusika katika kusaidia kuhujumu uchumi wetu.

Hivi leo watanzania wachache wanapo tazama nyuma kuangalia matatizo ya kiuchumi yaliyojitokeza miaka hiyo humlaumu zaidi mwalimu Julius Nyerere kwa siasa zake za Ujamaa na kujitegemea kwa kudhani kwamba siasa hizo ndizo zilizosababisha kuyumba kwa uchumi wetu. Hata hivyo ukweli ni kwamba zipo sababu nyingine nyingi na za msingi zilizopelekea uchumi wetu kuyumba katika miaka hiyo ukiachilia mbali vita dhidi ya nduli Iddi Amini.

Jitihada yetu (watanzania) katika kupigania uhuru, haki, umoja, na kuleta ukombozi wa kweli kusini mwa Afrika kulizifanya nchi matajiri zilizokuwa zikiunga mkono utawala wa kibaguzi wa Afrika ya kusini kuelekeza hujuma nyingi za kiuchumi nchini mwetu. Mikakati hiyo ilifanywa ili kudhofisha uwezo wetu wa kisiasa, kiuchumi na kijamii, na hivyo kutufanya tushindwe kuwaunga mkono ndugu zetu wa Afrika ya kusini. Katika kipindi hicho idara ya Usalama wa Taifa ililazimika kufanya kazi usiku na mchana ili kuhakikisha watanzania wanakuwa salama.

Aidha, katika miaka hiyohiyo (1980 – 1985) idara ya usalama wa Taifa ilifanikiwa kugundua na kuzima njama za kupindua serikali ya mwalimu Julius Nyerere zilizokuwa zimepangwa na baadhi ya wanajeshi wa JWTZ. Jaribio hilo lililo washirikisha Thomas Lugangila a.k.a Uncle Tom, Hatibu Gandi a.k.a Hatty McGee, Kepteni Tamimu, Kepteni Kadego na wengineo lilikuwa katika hatua za mwisho za utekelezaji wakati idara ya Usalama wa Taifa ilipoingilia kati na kuwakamata wahusika. Kepteni Tamimu aliuawa katika mapambano na maafisa wa usalama wa Taifa yaliyotokea eneo la Kinondoni Mkwajuni wakati maafisa hao walipokuwa wakijaribu kumkamata. Watuhumiwa wengine walio kamatwa walihukumiwa kifungo cha maisha gerezani lakini waliachiliwa huru baadaye kwa msamaha wa rais.

Mwaka 1989 idara ya Usalama wa Taifa ilifanikiwa kwa kiasi kikubwa kuwadhibiti magaidi wa RENAMO (MNR) kutoka Msumbiji waliokuwa wakivuka mpaka na kuvamia vijiji vilivyo mpakani na nchi hiyo kwa lengo la kupora vyakula, kuiba mali, kubaka wanawake na kufanya vitendo vingine vya kiadui. Idara ilifanikiwa kufanya hivyo kwa kushirikiana kwa karibu na makomando wa jeshi la wananchi wa Tanzania (92KJ) waliokuwa wamepelekwa katika vijiji vya Mchoteka na Wenje wilayani Tunduru mkoa wa Ruvuma ili kupambana na magaidi hao.

Katika operesheni hiyo ya aina yake maafisa wa idara walifanya kazi vega kwa bega na makomando wa Jeshi la wananchi katika kufanya upelelezi, kutambua maeneo ambayo magaidi wa RENAMO walikuwa na mazoea ya kujipenyeza na kujificha, na kufanya operesheni za kuwadhibiti magaidi hao. Maafisa wa idara ya usalama wa Taifa na makomando (kwa pamoja) walifanya doria katika mpaka wa Tanzania na msumbiji ili kuhakikisha usalama wa watanzania wanaoishi katika maeneo hayo.

Kuanzia mwaka 1998 hadi 2008 idara ya usalama wa Taifa ilishiriki kikamilifu katika operesheni ya uchunguzi wa mlipuko wa bomu uliotokea katika ubalozi wa Marekani tarehe 7 August 1998. Kutokana na kutojua ukweli wananchi wengi wanadhani kwamba uchunguzi wa tukio hilo ulifanywa na maafisa wa Federal Bureau of Investigation (FBI) kutoka Marekani peke yao na hivyo kuwamwagia sifa kemkem maafisa hao wa kigeni na huku wakivibeza vyombo vyetu vya dola. Ukweli ni kwamba maafisa wa FBI wasinge fanikiwa kufanya kazi hiyo kwa haraka na ufanisi mkubwa kama wasingepata ushirikiano mkubwa kutoka kwa maafisa wa idara ya usalama wa Taifa na askari wa idara ya upelelezi wa makosa ya jinai. Ushirikiano wa hali ya juu, nidhamu na uwezo mkubwa wa utendaji kazi ulioneshwa na maafisa wa vyombo vyetu vya dola ndio uliowezesha kukamatwa kwa baadhi ya watuhumiwa na kufikishwa katika vyombo vya sheria. Utendaji huo umesaidia sana kujenga heshima ya Tanzania katika jumuia ya kimataifa, na kuendeleza ushirikiano mwema kati ya nchi yetu na Marekani.

Idara ya usalama wa Taifa pia imeonesha mafanikio makubwa katika kazi ya ulinzi wa viongozi. Mafanikio hayo yametokana na mafunzo ya hali ya juu wanayopewa maafisa wa kikosi cha ulinzi wa viongozi pamoja na nidhamu, utii na uadilifu mkubwa walionao.

Kutokana na sifa hizo mara nyingi serikali ya Tanzania imekuwa ikiombwa kusaidia kutoa huduma ya ulinzi wa viongozi wa kitaifa wa nchi nyingine za Afrika ambao kwa sababu za kiusalama wameona haja ya kuwa na walinzi kutoka nje ya nchi zao. Idara ya Usalama wa Taifa imekuwa ikiyapokea maombi hayo kwa mikono miwili na kupeleka walinzi (*body guards*) katika nchi husika. Jambo hilo limesaidia sana kujenga heshima ya idara ya Usalama wa Taifa, na Jamhuri ya muungano wa Tanzania kwa ujumla.

———

6

CHANGAMOTO ZINAZOIKABILI
IDARA

Kama ilivyo kwa wizara, idara na vyombo
vingine vyote vya dola nchini idara ya usalama
wa Taifa pia inakabiliwa na changamoto
mbalimbali katika shughuli zake za kila siku.
Ingawa changamoto hizo hazikwamishi
utendaji wa idara kwa kiasi fulani zinapunguza
kasi na uwezo wake wa kutekeleza baadhi ya
majukumu muhimu ya ulinzi wa Taifa.

Kwa mfano, Pamoja na idara ya Usalama
wa Taifa kutambuliwa kisheria, idara hiyo
bado ina wakati mgumu sana wa kufanikisha
majukumu yake kwa sababu sheria namba 15
ya Usalama wa Taifa (1996) inainyima idara
hiyo uwezo wa 'ku *enforce security measures*' na
badala yake inaitaka (idara) kutoa ushauri tu au
kuvifahamisha vyombo vingine vya dola

kuhusu matukio na vitendo vya kiadui vinavyopangwa kufanyika ili vyombo hivyo (Polisi, Uhamiaji, TRA, TAKUKURU n.k) viweze kuwakamata watuhumiwa au 'ku *enforce security measures'* kwa namna inayotakiwa.

Katika masuala mengine ya kiusalama idara inatakiwa kutoa ushauri kwa rais, au mtu mwingine mwenye mamlaka husika ili aweze kufanya maamuzi ya suala husika. Hali hii pengine ndiyo inayo sababisha wahalifu wengi ikiwa ni pamoja na mafisadi, wabadhirifu wa mali ya umma, na wauzaji wakubwa wa madawa ya kulevya kuendelea kushamiri nchini kwani wengi wao wanalindwa na watu wenye mamlaka ambao hawawezi kuwachukulia hatua hata baada ya kushauriwa na idara ya usalama wa Taifa.

Ki msingi utaratibu huu (wa kutoa ushauri tu) ndio unaofanya idara hii muhimu kulaumiwa, kudharauliwa, na kuchukiwa na wananchi kwa kushindwa kudhibiti maovu hayo, na kuwa kama simba mkubwa asiye na meno. Ni utaratibu huu unaowafanya wananchi wengi kuamini kuwa idara ya usalama wa Taifa inawalinda wahalifu.

Aidha kutokana na maafisa wa idara hii kufanya kazi kwa karibu sana na viongozi wa serikali ambao wengi wao ni viongozi au wanachama wa chama tawala, baadhi ya viongozi (wa chama na serikali) hujisahau, na kudhani kuwa idara hii ni sehemu ya chama tawala na hivyo kutaka kuwatumia baadhi ya maafisa wake kuwakandamiza wanachama na viongozi wa vyama vya upinzani.

Kujisahau huko huwafanya pia baadhi ya maafisa wa idara hii kujiona kuwa nao ni sehemu ya chama tawala na hivyo kuwanyanyasa kisaikolojia wanachama na viongozi wa vyama vingine vya siasa kwa lengo la kuwafurahisha viongozi wa chama tawala. Hata hivyo huo ni uvunjaji wa sheria namba 16 ya idara usalama wa Taifa(1996) kwani sheria hiyo inaiagiza idara hii na maafisa wake kutoa haki sawa, kuwalinda na kuwatetea wananchi wote wa Jamhuri ya muungano wa Tanzania bila kujali itikadi zao, kabila au dini.

Ni muhimu sana kwa viongozi na maafisa wa idara hii kukumbuka kwamba mfumo wa siasa wa vyama vingi umeundwa kwa mujibu wa katiba ya jamhuri ya muungano wa

Tanzania na hivyo wanachama na viongozi wa vyama vya upinzani si wahaini na kwamba kuwa na mawazo au itikadi tofauti na chama tawala si kuvunja sheria yoyote ya nchi.

Idara inapaswa kuzingatia kwamba kuwatendea haki wananchi wote ni muhimu sana katika kudumisha amani, kukuza demokrasia na kuifanya idara hiyo kuaminiwa na wananchi. Kinyume cha hapo idara itajikuta ikilazimika kutumia nguvu za ziada ili kuhakikisha chama tawala kinaendelea kubaki madarakani hata kama hakina ridhaa ya wananchi, jambo ambalo ni ukiukaji wa sheria.

Changamoto nyingine kubwa inayo ikabili idara ya Usalama wa Taifa ni utaratibu uliopo sasa ambao unampa madaraka rais wa nchi kumteua mkurugenzi mkuu wa idara hii na kumuapisha kushika nafasi hiyo bila ya kuhojiwa au kuthibitishwa na bunge, au kamati yoyote ya maadili. Utaratibu huo unampa mwanya rais kumuweka madarakani mtu yeyote anaye mtaka hata kama historia ya utendaji na uwezo wa mtu huyo hauridhishi.

Aidha, kutokana na muhusika kupewa nafasi hii kama zawadi, upo uwezekano mkubwa wa kujikuta akifanya kazi ya kumfurahisha rais au kushindwa kumpa ushauri wa kweli endapo ataona ushauri huo hauna maslahi binafsi kwa rais, au unaweza kumfanya ajisikie vibaya.

Ingawa katika nchi zilizo endelea kama Marekani, na Uingereza wakurugenzi wa idara za usalama (FBI, CIA, NSA na MI 5) huteuliwa na viongozi wa nchi, wakurugenzi hao huhojiwa kikamilifu na mabunge (*Senate*) ya nchi hizo ili kujua sifa na uwezo wao, na hatimae hupigiwa kura ili kuthibitishwa. Utaratibu huo umeziwezesha nchi hizo kuwa na wakurugenzi wenye sifa zinazo hitajika na ambao hawaogopi kumpa ushauri wa kweli kiongozi wa nchi hata kama ushauri huo hautamfurahisha.

Kwa mfano, upo ushahidi kwamba aliyekuwa mkurugenzi wa shirika la ujasusi la Marekani (Central Intelligence Agence – CIA) wakati wa utawala wa rais George Bush bwana George Tennent alimueleza ukweli rais George W Bush kwamba rais Sadam Hussein wa Iraq hakuhusika kwa namna yoyote ile katika tukio la kulipua majengo ya World

Trade Center (Septemba 11, mwaka 2001) na hivyo hakukuwa na sababu ya kuivamia Iraq kijeshi. George Tennent, alimshauri rais George Bush kuelekeza nguvu za kijeshi nchini Afghanistan, ambako kikundi cha Alqaida kilikuwa kimeweka ngome yake.

Miezi michache baadae George Tennent alitangaza kujiuzulu nafasi yake ya ukurugenzi wa CIA baada ya kutokubaliana na rais Bush kuhusu suala la kuivamia Iraq kijeshi (soma *In the Center of the Storm* by George Tennent).

Changamoto nyingine inayoikabili idara ya usalama wa Taifa ni kuendelea kukua kwa hali mbaya ya maisha nchini, na ongezeko kubwa la tabaka kati ya matajiri na maskini. Hali hii kwa ujumla inachangia kwa kiasi kikubwa ongezeko la vitendo vya uhalifu nchini, na idadi ya watu wanao ichukia serikali kutokana na imani kuwa viongozi wa nchi hawawajali raia wake.

Hivi sasa wananchi wengi wamekata tamaa kwa kuona baadhi ya viongozi waliopo madarakani wakizidi kujineemesha kwa kufanya mikataba isiyoridhisha, Kutumia fedha za serikali kwa manufaa yao binafsi, na kufanya vitendo vingine vingi vya kujumu uchumi wa nchi, na hivyo kuongeza ugumu wa maisha kwa wananchi.

Endapo hali hii itaachwa kuendelea ni dhahiri kuwa maadui wa ndani ya nchi wataongezeka, amani ya Tanzania itakuwa mashakani, na idara ya usalama wa Taifa itapaswa kubeba lawama zote kwa kushindwa kuwasaidia wananchi na kuzuia taifa kutumbukia shimoni.

_____

7

AJIRA KATIKA IDARA

Kama zilivyo idara nyingine nyingi za usalama duniani, idara ya Usalama wa Taifa huajiri watu wa kada zote, taaluma zote na jinsia zote (isipokuwa mashoga). Idara huzingatia sifa na vigezo maalum katika kuteua watu inaotaka kuwaajiri.

Baada ya uteuzi, na kabla ya kumuajiri 'candidate' wake, idara huwafanya upekuzi wa hali ya juu   ili kuhakikisha kuwa muhusika ataweza kutekeleza ipasavyo majukumu ya afisa usalama wa Taifa ikiwa pamoja na kutunza siri za jamhuri ya muungano wa Tanzania. Baadhi ya sifa za jumla anazotakiwa kuwa nazo afisa mteule ni pamoja na zifuatazo:

(a) Uraia

Awe raia wa jamhuri ya muungano wa Tanzania kwa kuzaliwa. Mtu aliyepata uraia kwa kujiandikisha, au mtu mwenye uraia wa nchi mbili haruhusiwi kujiunga na idara ya Usalama wa Taifa.

(b) Nidhamu

Awe na nidhamu ya hali ya juu. Asiwe na rekodi yoyote ya uhalifu, ulevi, uasherati au tabia nyingine zilizo kinyume na mila, destuli na maadili ya kitanzania. Mtu aliyewahi kupatikana na kosa lolote la jinai hawezi kupokelewa katika idara hii nyeti.

(c) Ufahamu (Akili)

Awe na uwezo mkubwa wa kiakili (IQ) anayeweza kufikiria haraka na kwa usahihi, mwenye uwezo wa kutatua matatizo magumu (problem solving skills), uwezo wa kupambanua mambo, kujieleza kwa ufasaha, kujifunza haraka na kuweza kujibadilisha kulingana na mazingira.

(d) Afya (Ukakamavu)

Awe kijana mkakamavu (Physically fit) asiye na ugonjwa wowote wa kudumu, Awe hajawahi kufanyiwa upasuaji wowote mkubwa, kuvunjika kiungo chochote cha mwili na asiwe na alama yoyote ya kudumu (kovu kubwa au tattoo)

(e)   Familia

Awe anatoka katika familia inayo jiheshimu, isiyo na rekodi ya uvunjaji wa sheria, uhaini au uzandiki. Familia yake isiwe na rekodi yoyote ya ugonjwa wa akili (kichaa), mauaji ya kukusudia au ndugu aliyewahi kuhukumiwa kifo (kunyongwa).

(f)   Elimu

Awe na elimu ya chuo kikuu (shahada yoyote), au kidato cha sita ambaye anazo sifa za kwenda chuo kikuu (daraja I au II). Mara chache idara huweza kuchukua vijana wenye elimu au daraja la chini ya lililotajwa hapo juu endapo muhusika ataonekana kuwa na sifa nyingine za ziada (k.m IQ ya hali ya juu) kufidia elimu yake.

Ili kuweza kupata watu wenye sifa hizo, idara hufanya uchunguzi katika mashule, vyuo vikuu, majeshi na sehemu mbalimbali kuwatambua wahusika. Baada ya kuwatambua (spotting) wahusika hufuatiliwa kwa karibu kuona kama wanazo sifa zinazostahili.

Endapo 'candidate' akionekana kupoteza mojawapo ya sifa zinazo hitajika huondolewa katika orodha ya maafisa watarajiwa.

Kutokana na utaratibu wa idara hii kufanya mambo yake kwa siri, sio rahisi hata kidogo kwa mwananchi wa kawaida kujua ni kipindi gani ina 'recruit' vijana wapya kwa kuzingatia kuwa idara hii huwa haitoi matangazo ya nafasi za kazi katika vyombo vya habari wala gazeti la serikali. Kwa hiyo njia pekee ya kuweza kupata ajira katika idara hii ni kwa muombaji mwenye sifa zilizotajwa kwenda katika ofisi za idara hiyo zilizopo katika wilaya na mikoa yote ya Tanzania bara na visiwani.

Ili kujua mahali zilipo ofisi za idara hiyo, muombaji anaweza kuuliza katika ofisi ya mkuu wa wilaya au mkoa husika. Ikumbukwe kwamba kila mtanzania anayo haki ya kwenda (kufika) katika ofisi za idara hiyo na hakuna jambo lolote baya litakalo mkuta mwananchi kwa kwenda katika ofisi ya usalama wa Taifa ya wilaya au mkoa.

Katika ofisi ya usalama wa Taifa husika muombaji atakutana na maafisa wa idara hiyo ambao watampa maelekezo na taratibu zinazo husika ili kujiunga na idara hiyo nyeti. Vijana waliomaliza katika vyuo vikuu ambao hawajapata ajira wanapaswa kutumia muda wao wa ziada kwenda kujitambulisha katika ofisi hizo ili maafisa wa idara wawajue na kuweza kuona kama wanazo sifa zinazofaa. Ni vema kukumbuka kwamba idara hii ni ya watanzania wote na haibagui mtu kutokana na kabila lake, dini au rangi.

Idara ikisha mtambua mtu anayefaa kuwa afisa usalama wa taifa (*spotting*) humfanyia upekuzi wa hali ya juu ili kutambua tabia yake, uwezo wake wa ki mwili na kiakili, mahusiano yake na watu wengine na historia yake binafsi pamoja na familia yake. Kazi hii muhimu inayoitwa upekuzi (*vetting*) hufanywa kwa kuwahusisha watoa habari, ndugu wa familia, walimu na wanafunzi wa shule mbalimbali alizosoma muhusika, viongozi wa dini (kama *candidate* ni mcha mungu) na viongozi wa vijiji, serikali za mitaa au maeneo ambayo muhusika anaishi.

Kazi ya upekuzi hufanywa na maafisa wenye utaalam maalum wa kupekua ambao huweza kukamilisha kazi yao bila muhusika au

watu waliotoa tarifa husika kujua kwamba
tarifa hizo zinachukuliwa na idara ya usalama
wa Taifa na kwa makusudi gani. Maafisa wa
idara hutumia vifuniko mbalimbali kuweza
kukusanya tarifa zinazohitajika kukamilisha
upekuzi bila kuibua hisia hasi (*negative thought*)
zinazoweza kufanya mpekuliwa au watu
wanaosaidia upekuzi kutoa tarifa za uongo,
kuongeza chumvi au kuharibu dhana nzima ya
upekuzi kwa namna yoyote ile.

Baada ya kupekuliwa kikamilifu na
kuchaguliwa kujiunga na idara maafisa wateule
hupatiwa mafunzo ya hali ya juu ili kuwafanya
waweze kumudu mikiki ya kazi hii nyeti.
Mafunzo hayo hujumuisha mbinu za kujilinda
kwa mikono mitupu, upelelezi, ujasili,
matumizi ya silaha za kivita (kubwa na ndogo),
na mafunzo mengine ya darasani hususan
sheria, intelejensia, saikolojia, uchumi na siasa.

Kwa vile idara ya Usalama wa Taifa ndiyo
yenye jukumu la kuwalinda viongozi wa
kitaifa, maafisa wake hupewa mafunzo ya
kipekee ambayo hayapatikani katika jeshi
lingine lolote nchini. Maafisa hujifunza
kutumia visu, mikuki, panga, fimbo na vitu

vingine vinavyo patikana katika mazingira ya kawaida kama kalamu (peni), funguo za gari na hata shati analovaa. Maafisa pia hujifunza kutumia bunduki, *Rocket Propelled Grenade*, mabomu ya kutupa kwa mikono, na kutengeneza milipuko kwa kutumia vitu vinavyo patikana nyumbani kama mbolea ya chumvi chumvi, mafuta, manukato (*perfume*) na kadhalika.

Ili maafisa wa idara waweze kumudu na kuzoea mapambano kikamilifu idara huwapenyeza watu wake katika vikosi vya jeshi vinavyo kwenda kulinda amani au kusaidia mapambano katika nchi zenye vita. Utaratibu huu huwafanya maafisa husika kuwa na uwezo wa kukabiliana na maadui wa aina yoyote na katika muda wowote. Aidha ni jambo la kawaida sana kwa idara hii kupeleka maafisa wake nje ya nchi kwa masomo ya kawaida, kujifunza mbinu mpya za kiusalama na au kusoma mazingira ya nchi husika.

Ni muhimu sana kwa watu wanao tamani kupata kazi katika idara hii kujua kwamba kazi za idara hii si rahisi kama inavyo onekana katika sinema (movie), na pia si kila afisa

atakae jiunga na idara hiyo atapata nafasi ya
kuwa mlinzi (*body guard*) wa rais kama vijana
wengi wanavyo tamani. Kazi ya usalama wa
Taifa ni ngumu sana na inahitaji wito wa hali
ya juu kama zilivyo kazi za ualimu, uuguzi,
upadre, uchungaji, au ualimu wa madrasa. Mtu
anaye vutiwa kufanya kazi hii kwa lengo la
kujipatia fedha, umaarufu au madaraka kamwe
hawezi kumudu mikiki mikiki ya idara hii wala
kufika mbali ki taaluma (*career*).

8

USHAURI KWA WANANCHI

Idara ya Usalama wa Taifa ni chombo kilichoundwa kisheria. Kila raia wa jamhuri ya muungano wa Tanzania anayo haki na wajibu wa kushirikiana na chombo hiki kwa namna moja au nyingine ili kuimarisha ulinzi, amani na usalama wa taifa letu. Ni dhahiri kwamba pasipo ushirikiano kati ya idara na wananchi utendaji kazi wa maafisa utakuwa mgumu zaidi na wa kutia mashaka.

Ushirikiano wa wananchi ndio unaowezesha idara kutimiza majukumu yake muhimu ya kuilinda jamhuri ya muungano wa Tanzania dhidi ya magaidi, wahaini, wahujumu uchumi, wazandiki na maadui wengine wa Taifa. Hivyo basi kila raia anapaswa kuisaidia idara hii kwa kutoa tarifa zinazoweza kuwafichua maadui wa taifa. Kutokutoa taarifa za kiusalama kwa sababu yoyote ile kunaweza kusababisha mauaji ya watu wasiokuwa na hatia, maangamizi au hasara kubwa ya mali.

Kwa mfano, mwaka 1998 baadhi ya wakazi wa eneo la Ilala Bungoni jijini Dar es salaam walikuwa na mashaka na raia fulani wa kigeni wenye (asili ya kisomali na kiarabu) waliokuwa wakiishi katika nyumba moja iliyopo katika eneo hilo. Wageni hao walikuwa wamejenga geti kubwa la mabati kuzuia watu wengine kuingia, au kuchungulia ndani ya nyumba waliyokuwa wakiishi kama wapangaji. Ingawa ni kawaida kwa nyumba za jijini Dar es salaam kuwa na geti pamoja na uzio wa kuzuia wezi, geti lililowekwa na wageni hao lilikuwa kubwa mno, na lilijengwa nyuma ya geti lingine la kawaida lililokuwepo kwa muda mrefu.

Pamoja na kuweka geti hilo lisilokuwa la kawaida katika maeneo hayo (kwa wakati huo) kwa mawiki kadhaa wageni hao walikuwa na tabia ya kugonga gonga vyuma kila siku hali iliyoashiria kwamba walikuwa wakitengeneza kitu au vitu fulani. Kwa vile hakuna mtu aliyekuwa akiweza kuingia au kuchungulia ndani ya nyumba hiyo wakazi hao walikuwa na shauku kubwa ya kujua vitu walivyokuwa wakitengeneza watu hao. Zaidi ya yote watu hao walikuwa hawatoki nje ya nyumba yao kama ilivyo desturi ya watanzania wengi. Kutwa kucha watu hao walikuwa wakishinda ndani au uani mwa nyumba yao, na ni mtu mmoja tu ndiye aliyekuwa akitoka nje kwenda kununua mahitaji. Hata hivyo kila mtu huyo alipokuwa akitoka na kuingia alihakikisha kuwa hakuna mtu yeyote anayeweza kuona mambo yanayoendelea nyuma ya geti.

Ingawa kwa muda mrefu majirani na wakazi wengine wa eneo hilo walikuwa na maswali mengi kuhusu tabia na nyendo (zisizo za kawaida) za wageni hao hakuna hata mtu mmoja aliyechukua hatua ya kutoa taarifa katika kituo cha polisi, au ofisi ya usalama waTaifa. Mama mmoja mwenye hekima alichukua hatua ya kutoa taarifa kwa mjumbe wa nyumba kumi wa eneo hilo. Mjumbe huyo bila kufuatilia kwa karibu taarifa hiyo alimtoa wasiwasi mtoa taarifa kwa kumwambia kuwa wageni hao bila shaka walikuwa wanaogopa kuvamiwa na majambazi ndiyo maana hawakuwa wakitaka kuonekana hadharani, au kujichanganya na watanzania wengine.

Mwaka mmoja baadae ndipo ilipofahamika kwamba raia wageni hao walikuwa ni magaidi (wa kikundi cha Al-Qaida) waliohusika na ulipuaji wa bomu ofisi ya ubalozi wa Marekani iliyokuwa katika makutano ya barabara ya Ali Hassan Mwinyi na Kinondoni jijini Dar es Salaam. Magaidi hao walitumia muda wao wote walioishi eneo la Ilala Bungoni kupanga mashambulizi dhidi ya Marekani, kununua vifaa, kutengeneza bomu na kulisafirisha kutoka katika nyumba hiyo kwenda kufanya mashambulizi. Kelele za kugongwa kwa vyuma walizokuwa wakisikia wananchi zilikuwa zikisababishwa na vyuma, mbao, na nondo zilizokuwa zikipigiliwa ndani ya gari aina ya Nissan Atlas ili kuliwezesha kubeba mitungi ya gesi na vitu vingine vilivyotumika kutengeneza bomu.

Ni dhahiri kwamba kama wakazi wa Ilala Bungoni wangechukua hatua ya ujasiri mapema kutoa taarifa za watu hao katika ofisi ya Usalama wa Taifa, au kituo cha polisi kilichopo karibu maisha ya watu 11 waliouawa katika tukio hilo yangeweza kuokolewa, achilia mbali hasara ya mali na uharibifu mkubwa uliofanyika.

Katika tukio lingine lililotokea jiji Dar es salaam mwaka 2012, mama mmoja alijikuta akijilaumu na kububujikwa machozi baada ya kupuuzia taarifa ambazo zingeweza kuokoa mali za mwanawe na kuwaepusha wapangaji wake na kipigo cha majambazi. Siku moja kabla ya majambazi kuvamia nyumba ya mama huyo iliyopo eneo la Tabata kijana mmoja alimfuata mama huyo na kumueleza kwamba amewasikia watu fulani anaohisi kuwa ni majambazi wakipanga kuvamia nyumba yake usiku wa siku inayofuata ili kumpora fedha mtoto wake ambaye alikuwa amekuja kutoka Uingeleza alikokuwa akifanya kazi. Kwa vile mama huyo alikuwa akimfahamu vizuri kijana aliyemletea taarifa kwamba ni mlevi na mzurulaji hakuyapa uzito maneno yake kwa kudhani alikuwa akijipendekeza kwa mwanawe ili apewe fedha za kwenda kununulia pombe.

Saa nane usiku wa siku ileile iliyotajwa na mlevi, majambazi wanne wakiwa na silaha za kivita walivunja mlango wa mbele kwa kutumia jiwe kubwa (Fatuma) na kuingia ndani kumtafuta mgeni aliyetoka Uingeleza ili awape fedha na vitu vingine alivyokuja navyo. Majambazi hao walitishia kumkata kichwa mtoto wa mama mwenye nyumba aliyekuwa na umri wa miaka minne kama wasipopewa fedha na vitu wanavyotaka. Kwa bahati nzuri mgeni aliyekuwa akiwindwa hakuwepo nyumbani kwani alikuwa amekwenda kulala kwa rafiki yake anayeishi Mikocheni. Baada ya kumkosa mtu waliyekuwa wanamtaka majambazi waliingia katika kila chumba kupora fedha na vitu vya thamani kutoka kwa wapangaji waliokuwa wakiishi katika nyumba hiyo na kisha kutoweka.

Yamkini kama mama huyo angechukua uamuzi wa kuwaeleza polisi taarifa alizopewa na kijana aliyemuita 'mlevi' bila shaka majambazi hao wangeweza kukamatwa kwa urahisi na hivyo kuokoa mali na maisha ya watu wengine wasiokuwa na hatia.

Pamoja na wajibu wa kuisaidia idara ya usalama wa Taifa katika utoaji wa tarifa za kiusalama ni vema kila raia akatambua kwamba analindwa na sheria jamhuri ya muungano wa Tanzania zilizotungwa na bunge lilelile linaloipa mamlaka idara ya usalama wa Taifa kufanya kazi. Hivyo basi si haki, wajibu wala jukumu la idara ya usalama wa Taifa kuwatesa, kuwanyanyasa na au kuwatisha wananchi kwa namna yoyote ile kama hawavunji sheria au kujihusisha na vitendo vya uadui dhidi ya jamhuri ya muungano wa Tanzania. Ingawa kwa muda mrefu idara imekuwa ikipambana na wahalifu wa aina mbalimbali hakuna ushahidi wowote ule unaoonesha kwamba idara imewahi kuua mtu au kumtesa kinyume cha sheria za nchi.

Vilevile wananchi wanapaswa kufahamu kwamba kuwepo kwa mafisadi, na kuenea kwa rushwa nchini ni matokeo ya udhaifu katika uongozi wa serikali, na utamaduni mbovu tulio jijengea watanzania wote unaofanya wengi wetu kuthamini fedha kuliko utu. Kwa sababu hiyo si idara ya usalama peke yake inayopaswa kubeba lawama kwa matatizo yanayo ikabili nchi yetu, bali kila mtanzania anawajibika kubeba lawama kwa kushindwa kutimiza wajibu wake. Hivyo wananchi wanapaswa kuendelea kudai haki zao za msingi kwa kufuata taratibu na sheria za nchi pasipo kuiogopa idara ya usalama wa Taifa kwani idara hiyo kazi yake ni kulinda na kutetea haki ambayo wananchi wanaitafuta.

Sambamba na hilo, ni muhimu sana kwa wananchi, viongozi na wanachama wa vyama vyote vya siasa kulinda haki yao ya uraia na ya wale wanao waongoza kwa kuwachukulia hatua maafisa usalama wa Taifa wanao kiuka miiko, kanuni za idara hiyo, na sheria za nchi kwa manufaa yao binafsi. Endapo mwananchi yeyote akiwa na sababu ya kuamini kwamba ameonewa au kudhulumiwa haki yake na afisa wa idara hii ni muhimu aende kutoa taarifa katika ofisi nyingine ya idara ya usalama wa Taifa kwani idara hiyo inao utaratibu mzuri wa kuwachukulia hatua za kinidhamu maafisa wakorofi na wanao pindisha sheria za nchi kwa manufaa yao binafsi.

Endapo mwananchi ataogopa kwenda katika ofisi ya idara ya Usalama wa Taifa, ni vizuri aende kutoa taarifa katika ofisi ya mkuu wa wilaya au mkuu wa mkoa husika kwani viongozi hao ndio wenyeviti wa kamati tendaji za ulinzi na usalama katika maeneo hayo na ni wawakilishi wa mtukufu rais katika wilaya na mikoa yao.

Hata hivyo ni muhimu wananchi wafahamu kwamba idara ya Usalama wa Taifa ni mojawapo ya idara chache sana nchini ambazo bado zinaaminika kwa kulinda, na kutetea haki za raia nchini. Ingawa inawezekana kuwa wapo maafisa wachache wanaokiuka taratibu na miiko ya utendaji kazi, ni ukweli usiopingika kwamba asilimia kubwa ya maafisa wa idara hii ni waadilifu na wanaweza kutumainiwa.

Ni muhimu pia wananchi watambue na kukubali wajibu wao katika kuisaidia idara ya usalama wa Taifa katika vita dhidi ya mafisadi, majasusi, magaidi na wote wanao iwazia vibaya nchi yetu. Ni dhahiri kwamba idara hii peke yake haiwezi kupambana na maadui wa taifa letu endapo kama haitaungwa mkono na wananchi. Hivyo kila mwananchi anapaswa kutimiza wajibu wa kulilinda taifa letu kwa kushirikiana na idara hiyo katika kuwafichua maadui wa taifa.

9

USHAURI KWA IDARA YA USALAMA WA TAIFA

Pamoja na ukweli kwamba idara ya Usalama wa Taifa bado haijagubikwa na wimbi la rushwa, ufisadi, na uozo mwingine ambao unapatikana katika kila kona ya nchi yetu bado wananchi wengi wanaamini kinyume na ukweli huo. Imani iliyojengeka miongoni mwa raia wengi ni kwamba idara ya usalama wa Taifa imeacha misingi yake ya kazi na kugeukia kuwalinda watawala dhalimu, wala rushwa, mafisadi na waovu wengine. Ni dhahiri kwamba wananchi wamejenga imani hiyo kwa sababu wanaendelea kushuhudia kukua kwa tabaka kati ya maskini na matajiri, na ongezeko kubwa la mikataba ya kutatanisha kati ya nchi yetu na wawekezaji bandia wanaofanya nchi yetu izidi kuwa maskini kila kukikicha huku wajanja wachache wakizidi kutajirika. Aidha katika siku za karibuni umezuka muandamo wa utawala wa kifalme ambapo baadhi ya viongozi wa kitaifa wamekuwa wakiwapenyeza watoto wao kushika nyadhifa mbalimbali serikalini na katika vyama vya siasa hata kama watoto hao hawana sifa zinazo stahili.

Ni wajibu wa idara ya Usalama wa Taifa kuwahakikishia wananchi kwamba iko upande wao na kuonesha kuwa haihusiki kwa namna yoyote katika kulinda mafisadi, viongozi wabovu na wahalifu wengine. Idara inaweza kujisafisha kwa kufanya mambo yafuatayo:

(a) Kurudisha utoaji elimu kwa umma

Uelimishaji na ushirikishaji umma ni jambo muhimu sana kwa ufanisi wa idara. Wananchi wanapaswa kuelimishwa ili waweze kuelewa majukumu na mipaka ya idara hii nyeti na hivyo kushiriki kikamilifu katika utoaji wa taarifa za kiusalama. Ushirikishaji umma pia ni njia nzuri na rahisi ya kuwaweka wananchi karibu ili waweze kuisaidia idara hususan katika kipindi hiki ambapo wageni kutoka nchi mbalimbali wanaingia na kutoka nchini kwetu kadri wapendavyo. Pamoja na misingi ya utendaji wake wa siri idara haipaswi kuona aibu kujitangaza kwa wananchi. Katika dunia ya leo mashirika makubwa ya usalama na ujasusi duniani kama CIA, MOSSAD, MI 5, FBI na *Secret Service* yanajitumia teknolojia iliyopo kujitangaza na kuwashirikisha wananchi katika utoaji wa tarifa za kiusalama.

(b) Marekebisho ya sheria

Idara iangalie upya uwezekano wa kuliomba bunge kufanya marekebisho ya sheria namba 15 ya usalama wa Taifa (1996) ili sheria hiyo iweze kuipa nguvu idara kuwashughulikia kikamilifu mafisadi, magaidi, wahujumu na majasusi bila kipingamizi. Sheria iliyopo sasa inairuhusu idara kufanya uchunguzi na kisha kutoa taarifa (au ushauri) kwa polisi, jeshi, idara ya uhamiaji, chombo kingine cha dola au taasisi ya serikali inayohusika ili iweze kukamilisha utekelezaji wa suala husika. Hali hii inaifanya idara kuwa butu (kwa kushindwa kuwashughulikia wahusika moja kwa moja) na hivyo kuendelea kulaumiwa na wananchi hasa wanapoona wahalifu hawachukuliwi hatua za kisheria ipasavyo hata baada ya idara ya usalama wa Taifa kupewa taarifa.

(c) Uajiri wa maafisa wa idara

Pamoja na kuwepo kwa utaratibu wa kuwapekua *candidates* wanaotaka kujiunga na idara ya usalama wa Taifa bado upo udhaifu mkubwa katika taratibu za uajiri. Udhaifu huo unaotokana na ukiukwaji wa misingi ya idara, upendeleo na rushwa unasababisha baadhi ya watu wasiokuwa na sifa zinazostahili kuingizwa katika idara ya usalama wa Taifa, kupewa mafunzo, kuajiriwa na hatimaye kufanya kazi katika ofisi nyeti za idara hiyo. Maafisa hawa (wasiokuwa na sifa) ndio wanaokiuka miiko ya idara kwa kutumia jina la idara kudai rushwa, kujipatia umaarufu na hata kufanya mambo mengine yanayohatarisha usalama wa nchi. Malalamiko ya wananchi pamoja na vituko mbalimbali vinavyoandikwa katika vyombo vya habari kila mara ni matunda ya kuwepo kwa maafisa wasio na sifa katika idara.

Ili kurudisha, kulinda na kudumisha jina zuri la idara ya usalama wa Taifa viongozi wa idara wanapaswa kuhakikisha kuwa undugu, rushwa na upendeleo haviwi sababu ya mtu yeyote kupenya upekuzi na kuajiriwa katika idara kama hana sifa zinazostahili. Endapo idara itadharau ushauri huu na kuendelea kuajiri maafisa wake kwa misingi ya upendeleo, undugu na rushwa bila shaka vyombo vingine vya kijasusi vitaweza kujipenyeza ndani ya idara kwa urahisi, kuiba siri kuu za nchi yetu na hata kufanikisha (*to influence*) maamuzi makubwa ya Taifa letu.

(d) *Maafisa wa idara na wanasiasa*

Maafisa wa idara wasikubali kutumiwa na viongozi wa vyama vya siasa hususan chama tawala katika kufanikisha malengo yao ya kisiasa kwa kuwakandamiza wapinzani. Malalamiko mengi yanayojitokeza wakati wa chaguzi mbalimbali yanatokana na uzembe wa baadhi ya maafisa wa idara kujidhania kuwa nao ni sehemu ya chama tawala na hivyo kuwanyima haki, kuwakejeli, au kuwabana kwa namna moja au nyingine viongozi wa vyama vya upinzani. Maafisa wa idara ya usalama wa Taifa wanapaswa kukumbuka kuwa wao ni walinzi wa katiba ya Jamhuri ya Muungano wa Tanzania, si wanachama wa chama chochote cha siasa, na hivyo wanapaswa kuilinda na kuitetea serikali nzuri na si chama chochote cha siasa. Kuendelea kuwanyanyasa viongozi na wanachama wa vyama vya upinzani kunaifanya idara kuonekana haijui wajibu wake, na au inaburuzwa na chama tawala.

Idara inapaswa izingatie kwamba mfumo wa vyama vingi vya siasa nchini umeundwa kisheria na unatoa nafasi kwa chama chochote cha siasa kuweza kuingia ikulu kuunda serikali. Endapo idara itajikita katika kukitetea na kukilinda chama tawala, au kukisaidia kwa namna moja au nyingine kupata ushindi katika uchaguzi, upo uwezekano wa kusababisha vurugu na kupelekea umwagaji damu kama ilivyotokea katika nchi nyingine mbalimbali duniani. Njia pekee nzuri ya idara kuweza kukisaidia chama tawala kubaki madarakani ni kwa kuwashauri viongozi wake kuwatendea haki wananchi wote, kuondoa rushwa, ufisadi, na hali ngumu ya maisha ili wananchi washawishike kukipa kura halali chama hicho katika uchaguzi mkuu.

Pia ni wajibu wa idara ya usalama wa Taifa kushirikiana na vyama vya upinzani kwa kutoa ushauri kusikiliza malalamiko, kutoa ushauri unaofaa kwa viongozi wa vyama vinavyoonesha kuwa na sera zenye manufaa kwa nchi, kuleta umoja na mshikamano, na maendeleo ya kisiasa, ki- uchumi na ki-jamii.

(e) Uwajibikaji

Idara ioneshe uwajibikaji kwa wakurugenzi wa idara hiyo kujiuzuru pale wanapoona rais wa nchi anakataa kupokea ushauri muhimu unaofaa kulinusuru taifa letu katika maafa. Endapo wakurugenzi wa idara watafanya hivyo, viongozi wa nchi watawaheshimu zaidi na kuzingatia ushauri wao. Aidha, kwa kufanya hivyo idara ya Usalama wa Taifa itakuwa imejisafisha na kuwaonesha wananchi kwamba haihusiki na kashfa au maovu yanayoendelea. Kitendo cha viongozi wa idara kukaa kimya wakati maovu yakiendelea kunaifanya idara ionekane inahusika, au inaunga mkono maovu yote yanayofanywa na viongozi hao.

(f) Upekuzi wa viongozi na maafisa wengine

Idara izingatie taratibu za upekuzi na sifa rasmi wanazopaswa kuwa nazo watu wanao teuliwa kushika nafasi mbalimbali muhimu katika serikali ya jamhuri ya muungano wa Tanzania. Kusakamwa kwa idara ya Usalama wa Taifa huwenda pia kunatokana na idara hiyo kutozingatia taratibu na sifa za upekuzi na hivyo kuruhusu rais kuwateua watu wasio na sifa zinazostahili, au watu wanaojulikana kwa kashfa, rushwa na ufisadi.

Kutozingatiwa kwa taratibu za upekuzi wa maafisa na viongozi wateule kumechangia sana kwa hali iliyopo sasa ambapo watoto wa wakubwa, ndugu, jamaa na hata mahawala wa wakubwa kujipenyeza kushika nafasi nyeti za uongozi serikalini japo hawana sifa zinazostahili. Hali hiyo inajionesha kutokana na kuwepo kwa baadhi ya viongozi wa idara mbalimbali wanaojihusisha na uporaji wa mali ya umma, kushindwa kutekeleza majukumu yao ya kila siku na kujiingiza katika kashfa zisizo na msingi.

Ni muhimu sana idara ihakikishe kwamba maafisa wake, viongozi wa wizara na idara mbalimbali za serikali wanatokana na watu wanye sifa zinazostahili ambao hawawezi kuidhalilisha jamhuri ya muungano wa Tanzania katika jumuia ya kimataifa au kukiuka misingi ya utendaji kazi kwa lengo la kujipatia umaarufu.

Zaidi ya yote idara inapaswa kutanguliza maslahi ya taifa mbele ya kitu kingine chochote hata kama kufanya hivyo kutaleta maswali kwa wananchi. Idara inapaswa kumshauri rais kwa ukweli na uwazi unaofaa kwa maslahi ya taifa hata kama ukweli wenyewe haumfurahishi rais, au unapingana na mawazo binafsi, maslahi ya familia yake, rafiki zake au viongozi wengine walioko madarakani. Idara inapaswa kuonesha nidhamu ya kweli (si ya woga), uwezo wa utendaji kazi kwa kufuata sheria na kanuni za idara, na kujitoa kwa maafisa wake katika kulinda na kutetea ukweli ili rais, viongozi wengine wa kitaifa na raia wote waweze kuiheshimu na kuithamini idara kama chombo imara.

10
MASWALI NA MAJIBU

Swali:
Maafisa wa Usalama wa Taifa ni wanajeshi au raia?

Jibu:
Maafisa wa idara ya Usalama wa Taifa ni 'Paramilitary' kwa maana kwamba ni wanajeshi kamili na raia kamili. Maafisa hawa hupewa mafunzo ya kijeshi na hufanya kazi zao kwa kufuata amri (chain of command) kama wanajeshi. Pia baadhi ya majukumu yao hutekelezwa kwa kutumia mbinu za kijeshi na mengine kwa taratibu za kiraia. Kwa ujumla aina ya kazi na mazingira husika ndiyo yanayomfanya afisa wa idara hii kuonekana raia au mwanajeshi.

Swali:
Idara ya Usalama wa Taifa inaruhusiwa kumuua mtu au kikundi cha watu fulani

endapo wataonekana kuwa hatari kwa usalama wa Taifa?

Jibu:

Hapana na ndiyo. Idara ya Usalama wa Taifa imeundwa kwa mujibu wa sheria namba 15 ya idara ya Usalama wa Taifa ya mwaka 1996 Sheria hiyo inaainisha wazi majukumu na kazi za idara hiyo. Kimsingi idara hairuhusiwi kumuua, kumkamata au kumtesa mtu yeyote asiyekuwa na hatia au kwa sababu ya kuhusika katika kuipinga serikali iliyoko madarakani kwa njia halali.

Hata hivyo idara inao wajibu wa kuwazuia magaidi, majasusi, na maadui wengine wa taifa letu wasifanye vitendo vya kiadui vinavyoweza kusababisha maangamizi kwa viongozi, raia au mali za jamhuri ya muungano wa Tanzania. Kwa hiyo endapo magaidi wataonekana kutaka kulipua sehemu fulani au kumdhuru kiongozi wa nchi, maafisa wa usalama wa Taifa wanaweza kuchukua hatua za kutumia nguvu kuwazuia na hata kuwaua ili kuiokoa nchi katika maangamizi.

Swali:

Idara ya Usalama wa Taifa ilihusika na mauaji ya Horace Kolimba, Prof Kigoma Malima na Watu wengine walioelekea kuipinga serikali?

Jibu:

Hakuna ushahidi wowote unao onesha kuwa idara ya Usalama wa Taifa ilihusika kwa namna yoyote na mauaji hayo. Tuhuma hizo huwenda zinatokana na mazingira ya vifo vya viongozi hao walio elekea kuwa na mvuto mkubwa kwa wananchi. Kimsingi tuhuma hizo hazitofautiani sana na tuhuma za kurogwa au kuchukuliwa msukule zinazotolewa mara kwa mara wanapokufa ghafla watoto au watu wenye uwezo wa kifedha katika maeneo ya vijijini. Upungufu wa elimu, kutokuwepo kwa huduma bora za afya na uchunguzi thabiti wa kuthibitisha sababu za kifo cha mtu huwenda ikawa sababu kubwa kwa kuendelea kuwepo kwa imani ya msukule vijijini. Hali kadhalika kutotolewa hadharani kwa taarifa kamili za uchunguzi wa vifo vya wahusika, kuwepo kwa filamu na vipindi vya TV vinavyo onesha maigizo kuhusu idara nyingine za usalama zinavyofanya kazi, na kigugumizi cha idara ya Usalama wa Taifa katika kuwaelimisha wananchi kuhusu idara hii huwenda ikawa sababu kubwa ya wananchi wengi kuendelea kuituhumu kwa kuhusika na mauaji.

Swali:

Mtu akiisha kujiunga na idara ya Usalama wa Taifa hawezi kuacha kazi au kutoka katika idara hiyo. Maisha yake yote ataendelea kuwa 'Shushushu?

Jibu:

Si Kweli. Kama zilivyo idara nyingine za serikali na majeshi mengine yote, idara ya Usalama wa Taifa **inaweza** kumuachisha kazi, kumstaafisha au kumsimamisha kazi afisa yeyote atakae onekana kutozingatia misingi ya idara ya Usalama wa Taifa. Aidha, afisa yeyote wa idara hiyo anaweza kwa hiari yake kuomba kuacha kazi, kwenda likizo bila malipo kwa muda mrefu, au kustaafu kwa mujibu wa sheria za nchi. Hata hivyo, kutokana na taratibu nzuri za kuwapekua na kuwachuja watu wanaotaka kujiunga na idara hii, ni maafisa wachache sana wanaojikuta wakiachishwa kazi au kustaafishwa kwa manufaa ya umma. Aidha kutokana na mafunzo mengi wanayopatiwa maafisa wa idara hii, si wengi wanaotamani kuacha kazi au kwenda likizo bila malipo. Hata hivyo wapo maafisa kadhaa waliowahi kustaafishwa, kusimamishwa kazi, au kuacha kwa hiari yao.

Yapo mambo mawili ambayo pengine ndiyo yanayofanya watu wengi kuamini kwamba maafisa wa idara ya usalama wa Taifa huwa hawaachi kazi hiyo. Sababu ya kwanza ni kwamba kazi ya idara ya Usalama wa Taifa ni kazi ya wito kama ualimu, upadre, uuguzi au ustaadhi wa madrasa. Watu wote waliopata kufanya kazi hizo watakubali ukweli kwamba huendelea kujiona kuwa sehemu ya taaluma hiyo siku zote za maisha yao hata kama walikwisha acha siku nyingi. Si ajabu kwamba rais Julius Nyerere aliendelea kuitwa mwalimu kwa miaka yote 27 aliyokuwa rais wa nchi japokuwa hakuwa akiingia darasani kufundisha. Utaratibu huo hufuatwa na viongozi wa dini pia (Mapadre na Wachungaji) ambao huamini kuwa mtu akiishapewa sakramenti ya upadre huendelea kuwa padre mpaka atakapokufa hata kama atafukuzwa katika kanisa lake. Hali kadharika maafisa wengi wa idara ya Usalama wa Taifa huendelea kuwa ndani ya wigo wa idara hiyo hata baada ya kuacha kazi hususan kutokana na mafunzo, na misingi ya idara hiyo ambayo hugeuka kuwa sehemu ya maisha ya muhusika.

Sababu ya pili inayowafanya watu wengi

waamini kuwa maafisa wa idara hiyo huwa hawaachishwi kazi ni uongo unao enezwa na maafisa wasio waaminifu ambao hata baada ya kusimamishwa, kustaafu, au kuachishwa kazi hutaka kuendelea kutumia jina la idara ya usalama wa Taifa kwa manufaa yao. Hawa ndio maafisa wanaochafua jina la idara ya Usalama wa Taifa kwa kuwatishia wanasiasa, wafanya biashara, wageni kutoka nje ya nchi na watu wengine mbalimbali kwa lengo la kujipatia fedha au upendeleo wa aina fulani.

Swali:
Maafisa wa idara ya Usalama wa Taifa hawawezi kushitakiwa mahakamani?

Jibu:
Ndiyo, kutokana wajibu mkubwa, na mazingira magumu ya utendaji kazi wa idara ya Usalama wa Taifa, maafisa wake wamewekewa kinga ya kisheria na hivyo hawawezi kukamatwa wala kushitakiwa mahakamani kwa jambo lolote walilolifanya katika kutekeleza majukumu yao. Aidha ni kosa la jinai kwa mtu yeyote kuandika jina au kumtangaza katika vyombo vya habari afisa yeyote wa idara hiyo, au mtu yeyote anae shirikiana na idara ya Usalama wa Taifa. Sheria

inaruhusu kuandikwa, na kutangazwa kwa majina ya wakurugenzi wa idara hiyo tu, na maafisa wengine watakao ruhusiwa kufanya hivyo kwa kibali cha Mkurugenzi mkuu wa idara ya usalama wa Taifa.

———————

SHERIA YA USALAMA WA TAIFA

THE TANZANIA INTELLIGENCE AND SECURITY SERVICE ACT, 1996
ARRANGEMENT OF SECTIONS
PART I
PRELIMINARY

THE UNITED REPUBLIC OF TANZANIA

NO. 15 OF 1996

An Act to establish the Tanzania Intelligence and Security Service and make provision for other matters relating to it

PART I
PRELIMINARY

1.This Act may be cited as the Tanzania Intelligence and Security Service Act, 1996.

(2) This Act, unless the context requires otherwise-
"active service" means the actual service given by a person or category of a person, wheather direct or indirect, when that person or category of a person is under the temporary or permanent employment of the service and which service is given in the course of performing the duties of or similar to those of an

intelligence officer.

"Director-General" means the Director-General of the service appointed under section 6:
"employee" in relation to the service, means a person employed as an employee of the service, and includes a person employed before the enactment of this Act;
"espionage" means such an offence as defined by the National Security Act;
"foreign state" means any state other than Tanzania;
"intercept' in relation to any communication noth otherwise lawfully obtainable by the person making the interception, includes hear, listen, to, record, monitor, or acquire the communication, or acquire its substance, meaning or purport, and "interception" has a corresponding meaning;
"Minister" means the Minister responsible for intelligence and security or, if no such Minister is appointed, the President;
" place" includes any conveyance;
"sabotage" means any such offence under the National Security Act, 1970;
"security" means the protection of the United Republic from acts of espionage, sabotage and subversion, whether or not it is directed from or intended to be committed within the United Republic;
"security assessment" means an appraisal of the loyalty to Tanzania and,
so far as it relates thereto, the reliability of an individual;
"the Service" means the Tanzania Intelligence and Security Service established
by section 4,

" subversion" means attempting, inciting, counselling, advocating or encouraging-

(a) the overthrow by unlawful means of the Government of the United Republic or of the Revolutionary Government of Zanzibar.

(b) the undermining by unlawful means of the authority, of the State in the United Republic.

"terrorism" means planning, threatening, using or attempting to use violence to coerce, deter or intimidate-

(a) the lawful authority of the State in the United Republic or any part of it.

(b) the community throughout the United Republic or in any area

in the United Republic,

for the purpose of furthering any political aim;

"threats to the security of the United Republic" means-

(a) espionage, sabotage or other activities which are against Tanzania

or are detrimental to the integrity, sovereignty or other interests of Tanzania or activities directed toward or in support of such espionage or sabotage.

(b) foreign influenced activities within or relating to Tanzania that are detrimental to the interests of Tanzania, are clandestine or deceptive or involve a threat to any person.

(c) activities within or relating to Tanzania directed toward or in

support of the threat or use of acts of serious violence- against persons or property for the purpose of achieving a political objective within Tanzania or a foreign state; and

(d) activities directed toward undermining by covert

unlawful acts, or directed toward or intended ultimately
to lead to the destruction or overthrow by violence of,
the constitutionally established system of government
in Tanzania, but does not include lawful advocacy,
protest or dissent, unless caried on in conjunction with
any of the activities referred to in paragraphs (a) to (d).

PART 11
THE TANZANIA INTELLIGENCE AND SECURITY SERVICE

4.--(l) There is hereby established a department of
Government within the office of the President which
shall be known as the Tanzania Intelligence and
Security Service or, when referred to in brief, by the
TISS
acronym "TISS"

(2) Subject to this Act, the intelligence and security
department existing before the enactment of this Act
shall be deemed to have been established and its
employees and officers to have been recruited and
appointed in pursuance of the relevant provisions of this
Act.

(3) The Director-General may, with the prior written
approval of the Minister establish regional and district
offices of the Service.

**5.-(1) Subject to the control of the Minister, the
functions of the Service shall be-**

(a) to obtain, correlate, and evaluate intelligence
relevant to security, and to communicate any such
intelligence to the Minister and to persons whom, and
in the manner which, the Director-General considers it

to be in the interests of security;

(b) to advise Ministers, where the Director-General is satisfied that it is necessary to do so, in respect of matters -relevant to security, so far as those matters relate to departments or portfolios of which they are in charge;

(c) to cooperate as far as practicable and necessary with such other organs of state and public authorities within or outside Tanzania as are capable of assisting the Service in the performance of its functions.

(d) to inform the President, and any other person or authority which the Minister may so direct, of any new area of potential espionage, sabotage, terrorism or subversion in respect of which the Director-General has considered it necessary to institute surveillance.

(2) It shall not be a function of the Service-
(a) to enforce measures for security; or
(b) to institute surveillance of any person or category of persons by reason only of his or their involvement in lawful protest, or dissent in respect of any matter affecting the Constitution, the laws or the Government of Tanzania.

PART III
THE MANAGEMENT OF TISS

6.--(1) There shall be a Director-General of Intelligence

and Security who shall be appointed by the President.

(2) The Director-General shall hold office under a contract of service during the pleasure of the President or such term not exceeding five years, and on such terms and conditions as to salary, allowances, superannuation
benefits, and otherwise, as the President may deem fit.

(3) Subject to subsection (4) the Director-General is eligible, on the expiration of a first or any subsequent term of office, to be re-appointed for a further term not exceeding five years.

(4) No person shall hold office as Director-General for terms exceeding ten years in the eggregate.

(5) The Director-General shall, subject to this Act and to any directions of a general or specific character given by the President, be the chief executive officer of the Service and responsible to the Minister for the efficient and proper working of the Service.

7.-(l) Subject to this Act, and notwithstanding the provisions of the Civil Service Act, 1989-
 (a) all officers and members of the Service; and
(b) all persons appointed or amployed under the Civil Service Act, 1989, or any other written law,
assigned to the intelligence or security service immediately before the enactment of this Act shall become employees of the Service with effect from the commencement of this Act.

(2) Subject to this Act, the Director-General may, on behalf of the Government of. the United Republic or of the Revolutionary Government of Zanzibar-

    (a) employ under written agreements, such officers of intelligence and security as he thinks necessary;

    (b) engage such other employees as he thinks necessary, for the purposes of this Act.

(3) Every person referred to in subsection (1) shall, upon the commencement of this Act, continue to have employment benefits equivalent to that he had immediately before the commencement of this Act, until
such time as those benefits are modified by the Service according to law.

(4) The Director-General shall not employ any person as an officer
Save
(a) in an office the grading and salary scale of which has been determined under section 8(1); and
(b) upon the terms and conditions of service in force under section 9 in relation to the employment of persons as officers at the date on which the person is employed.

8.-(1) The salary scales applicable to offices in the Service, other than the office of Director-General, shall be such as are determined from time to time by the Director General after consultation with the Chief Secretary, subject to any directions of the Minister in that behalf.

(2) The designations of offices in the Service immediately before the enactment of this Act, and the salary scales then applicable to those offices shall be deemed to have been determined in pursuance of subsection (1).

9.-(l) Nothing in the Civil Service Act, 1989, shall apply to the Director-General or the officers and employees of the Service.

(~) Subject to this Act, the terms and conditions of employment of officers and employees of the Service shall be determined by the Director- General subject to any directions of the Minister in that behalf.

(3) The Minister shall, not later than six months from the commencement of this Act, make regulations which shall constitute the code of conduct for all officers and employees of the. Service in relation to the conduct, discipline, presentation, considerations, ethical standards and general directions to be adhered to in the carrying out of the functions and exercise of the powers conferred on the Service.

(4) The regulations constituting the code of conduct for the Service shall be published only to members of the Service and in the manner which the Minister determines.

10.-(I) Subject to the powers of the President and the directions of
the Minister in respect of any matter under this Act, the Director-General shall have the command, control,

direction, general superintendence and management of the Service and all matters connected with it.

(2) Subject to any orders issued by the President and unless the Minister directs otherwise in writing in relation to any matter, all orders and instructions to the Service which are required to give effect to the decisions and to carry out the policies and directions of the Government
shall be issued by or through the Director-General.

3. In the discharge of his functions under this Act the Director-General may make administrative, financial operational or other form of regulations, subject to approval by the Minister.

11.-(1) For the purposes of giving directions under section 10, the Minister may issue to the Director-General written directions with respect to the Service and a copy of any such direction shall, as soon as it is issued, be furnished to the Chief Secretary.

(2) The Director-General shall consult with the Minister on mattersconcerning-
(a) The general operational policies of the Service; and
(b) any matter with respect to which consultation is required by directions issued under section 10 or section 11(t).
(3) The Minister shall from time to time advise and brief the President with respect of directions issued under this and section 10 or which
should, in the opinion of the Minister, be issued under this Act by the President, the Minister or any other

relevant authority.

12. Not withstanding the Civil Service Negotiating Machinery Act *but subject to* this Act the Director-General shall establish procedures respecting the consideration and adjudication of grievances in relation to
employees of the Service.

13. The Director-General and every officer or employee of the Service shall, prior to embarking upon the duties of office, take an oath of allegiance and the oaths set out in the Schedule to this Act.

PART IV
DUTIES AND POWERS OF TISS

14.-(1) It shall be the duty of the Service to collect, by investigation or otherwise, to the extent that it is strictly necessary, and analyse and retain information and intelligence respecting activities that may on reasonable grounds be suspected of constituting a threat to the security of the United Republic or any part of it.

(2) The Service shall, in relation to the information dealt with under subsection (1), report to and advise the Government.

(3) The Service may provide security assessments to departments of the Government.

(4) The Service may-

(a) advise any Minister on matters relating to the security of Tanzania; or

(b) provide any Minister with information relating to

security matters.

15.-(1) The Service shall, subject to this Act, have power to investigate any person or body of persons whom or which it has reasonable cause to consider a risk or a source of risk of a threat to the state security.

(2) The Service may conduct any investigations which are required for the purpose of providing security assessments pursuant to section 14.

(3) The Service may, with the approval of the Minister, enter into an arrangement with-
(a) any person or body of persons;
(b) any local government or other authority;
(c) any police, force or other policing organisation.
authorising the Service to provide security assessments.

(4) The Service may, with the approval of the President after consultation with the Minister for Foreign Affairs, enter into an arrangement with the government of a foreign state or an international organization of states authorizing the service to provide the government, institution or organisation with security assessment.

16--(1) Subject to this section no per-son shall, without the written consent of the Minister, publish or cause or allow to be published in a newspaper or other document, or broadcast or cause or allow to be broadcast by radio or television or otherwise, the fact that any person, other than the Director-General-
(a) is a member of the Service
(b) is connected in, any way with a member of the service.

(2) The written consent of the Minister in relation to any proceedings in any court may be filed in the court and when so filed shall be sufficient authority to all persons to act in accordance with it.

(3) Any person who fails or refuses to comply with the provisions of this section commits an offence and upon conviction is liable to a fine not exceeding five hundred thousand shillings.

17.-(l) Information and intelligence obtained in the performance of the duties and functions of the Service pursuant to this Act shall not be disclosed by the Service except in accordance with this section.

(2) The Service may disclose information referred to in subsection
(1) for the purposes of the performance of its duties and functions under this Act or the administration or enforcement of this Act or as required by any other law and may also disclose that information:
(a) where the information may be used in the investigation or prosecution of an alleged offence under any law in force in the United Republic, to any public officer having jurisdiction to investigate the alleged ofence and to the Attorney-General or the law officer concerned with the proceedings in respect of the alleged offence;
(b) where, in the opinion of the Minister, disclosure of the information to any Minister or public officer is essential in the public interest and that interest clearly outweighs any invasion of privacy that could result

from the disclosure, to that Minister or public officer.

18.-(1) For the purpose of performing its duties and functions under this Act, the Service may, with the prior approval of the Minister-
(a) enter into an arrangement or otherwise cooperate with any department or other institutions of the Government or a local government authority;
(b) after consultation with the Minister for Foreign Affairs, enter into an arrangement or otherise cooperate with the Government of a foreign state or its institution or an international organization of states or its institution.

(2) Where a written arrangement is entered into pursuant to subsection
(1) of section 15(3) or (4), a copy of the arrangement shall be given to the Attorney-General.

PART V
MISCELLANEOUS PROVISIONS

19.(1) The Director-General and all officers and employees of the Service shall each, performing his duties and functions under this Act, not be liable to any action for damages for any act done or omitted to be done by him *bone fide* in connection with, the duties and functions
of the Service.
(2) If the Director-General is of the opinion that an officer or employee may, on a particular occasion have acted unlawfully in the purported performance of the

duties and functions of the Service under. this Act, he shall cause a report in respect of that matter to be submitted to the Minister.

(3) The Minister shall cause to be given to the Attorney-General a copy of any report that he receives pursuant to subsection (2), together with any comment that he considers appropriate in the circumstances.

20.-(1) No person shall disclose any information obtained in the course of the performance of functions under this Act, from which the identity of
 (a) any other person who is or was a confidential source of information or assistance to the Service shall be revealed;
(b) any person who is or was an employee or officer employed in covert operational activities of the Service can be inferred.

(2) Any person who contravenes or fails or refuses to comply with the provisions of this section commits an offence and upon conviction is liable to a fine of not less than five hundred thousand shillings or imprisonment for a term not exceeding two years or to both the fine
and the imprisonment.

21.-(1) Except where the contrary appears from the context of any law and subject to any special instructions of the Director-General, a
Deputy Director-General or a Director, as the case may be, may exercise or discharge any of the powers or duties which the Director-General is by any law entitled

to exercise or required to discharge.

(2) Except where the contrary intention appears from the context of any special instructions of the Minister, the Director-General may authorize any officer of the Service, not being below the level of head of department, by name, office or appointment to exercise or discharge
any of the powers or duties which the Director-General is by any law entitled to exercise or required to discharge.

(3) For the avoidance of doubt, nothing in this section shall be deemed to derogate from any power of delegation conferred upon the Director- General by the provisions of any other law.

22.-(1) The Minister may, after consultation with or upon the recommendation of the Director-General and with the consent of the President, make regulations providing for-
(a) the administration of the Service;
(b) description of equipment and other requirements to be provided for the purposes of the Service;
(c) the making and issue of reports, warrants or other documents for the purposes of the Act;
(d) such other matters as may or are required to be prescribed under this Act or as may be necessary expedient for rendering the
Service efficient in the discharge of its duties;
(e) gerenally the better and effective carrying out of the provisions of this Act in relation to any matter, whether or not similar to

those mentioned in this section, as to which it may be convenient to make regulations.

(2) Any regulations made under subsection (1) shall be published only to members of the Service and in such manner as the Minister determines.

23.-(l) Any person who knowingly resists or obstructs any officer or employee of the Service acting in the execution of his duty commits an offence and upon conviction shall be liable to a fine not exceeding three hundred thousand shillings or to imprisonment for a term not exceeding twelve months or to both the fine and imprisonment.

(2) Any officer or employee of the Service. who-
(a) deserts;
(b) willfully disobeys a lawful command of an officer whom it is his duty to obey. commits an offence and upon conviction is liable to a fine not exceeding five, hundred thousand shillings or imprisonment for a term not exceeding thirty-six months without remission or to both the fine and imprisonment -
(3) Any person who, not being an officer or employee of the Service
and without the permission of the Director-General presents himself or conducts himself as being or a& acting under powers of such an officer or employee, commits an offence and upon conviction is liable to a fine
not exceeding three hundred thousand shillings or to imprisonment for a term not exceeding six months or to both the fine and imprisonment.

SCHEDULE – (section 13)
OATH OF OFFICE

I.....................do here take oath/affirm that I will faithfully and impartially to the best of my abilities perform the duties required of me as.....................(name of Office) of Tanzania Intelligence and Security Service. So help me God.

OATH OF SECURITY

I......................do here take oath/affirm that I will not, without due authority, disclose or make known to any person any information acquired by me by reason of duties performed by me on behalf of or under the direction of Tanzania Intelligence and Security Service or by reason of anny office or employment held by me pursuant to the TISS Act.

So help me God

Passed in the National Assembly on 30th day of October, 1996

.....................................(signed)

Clerk of the National Assembly

HITIMISHO

Ni matumaini yangu kwamba maelezo yaliyomo katika kitabu hiki yatasaidia kwa kiasi kikubwa kuondoa hofu, na kupunguza fikra potovu kwamba idara ya usalama wa Taifa ni chombo cha kuwatesa na kuwadhibiti wananchi kwa manufaa ya viongozi walioko madarakani.

Ni imani yangu kwamba kwa kutambua umuhimu, wajibu, majukumu na mafanikio ya idara ya usalama wa Taifa wananchi watajenga heshima zaidi, uaminifu na ukaribu kwa idara hiyo na hivyo kushirikiana nayo katika kuilinda jamhuri ya muungano wa Tanzania na watu wake.

Natumaini kitabu hiki pia kitasaidia kuwafumbua macho watanzania wengi waliokuwa wakitamani kutumia haki yao ya kidemokrasia kwa kujiunga na vyama mbalimbali vya siasa nchini lakini wakasita kufanya hivyo kwa kuogopa kudhibitiwa na idara ya usalama wa Taifa.

Napenda kusisitiza tena kwamba mfumo wa demokrasia ya vyama vingi vya siasa nchini umeundwa kwa mujibu wa katiba ya Jamhuri ya muungano wa Tanzania na hivyo kila mtanzania anayo haki kisheria kujiunga na chama chochote cha siasa anachoamini kuwa sera zake ni bora zaidi katika kuleta maendeleo, ustawi na amani katika taifa letu.

Ni imani yangu kwamba idara ya usalama wa Taifa itakichukulia kitabu hiki kama mchango wangu katika kutoa elimu kwa umma (yenye lengo la kujenga upendo, amani na ushirikiano kati ya wananchi na vyombo vya dola), na hivyo kufuta dhana potovu kwamba lengo la kitabu hiki ni kuiumbua idara.

Na hiyo KWELI itawaweka HURU.

****

IDARA YAUSALAMA WA TAIFA

CHUNGULIA NDANI YA KITABU HIKI KITAKACHOTOKA HIVI KARIBUNI.

USIKOSE KITABU HIKI MUHIMU KWA ELIMU
YA ULINZI NA USALAMA WAKO

GODWIN CHILEWA

MAJAMBAZI
MAGAIDI
NA VIBAKA

KUWATAMBUA NA
KUWADHIBITI

MAJAMBAZI MAGAIDI NA VIBAKA

Kuwatambua na Kuwadhibiti

GODWIN CHILEWA

YALIYOMO

UTANGULIZI

Katika miaka ya karibuni kumekuwepo na ongezeko kubwa la uhalifu wa kila namna. Makundi ya vibaka, wezi, maharamia, na majambazi yameongezeka kiasi cha kuwapa wakati mgumu wananchi, polisi, na watumishi wengine wa vyombo vya dola. Aidha biashara haramu ya madawa ya kulevya imeongezeka kwa kasi ya ajabu na kufanya vijana wengi wanaotumia madawa hayo (*Cocaine, Heroin, Mandrax*, n.k) kuathirika vibaya kiakili, kimwili, na kiuchumi. Sambamba na kuongezeka kwa ujambazi wa kutumia silaha pia kumekuwepo na ongezeko kubwa la vitendo vya kigaidi kuliko wakati wowote katika historia ya Tanzania. Kwa ujumla idadi ya matukio ya kigaidi yaliyo ripotiwa katika vyombo vya habari kuanzia mwaka 1998 hadi 2013 yanazidi kwa mbali idadi ya matukio yote ya kigaidi yaliyotokea tangu mwaka 1961 (Tanzania ilipopata uhuru wake) hadi mwaka 1997.

Pamoja na kutia hofu, simanzi, hasara ya mali, na kusababisha vifo vya watu wasiokuwa na hatia matukio ya uhalifu kila yanapotokea hutukumbusha mambo makuu matatu:

(i) Kukua kwa hali ngumu ya maisha miongoni mwa wananchi, kunakokwenda sambamba na kukua kwa tabaka kati ya maskini na matajiri -

hali inayowafanya vijana wengi kufanya
uhalifu.

(ii) Umuhimu wa kuangalia upya na kwa
makini mfumo mzima wa siasa, uchumi
na jamii ili kupunguza vitendo vya
kigaidi.

(iii) Umuhimu wa kila mtu binafsi, jamii na
Taifa zima kuchukua hatua madhubuti
za kujilinda na wahalifu (maadui).

Ingawa kila uhalifu una madhara makubwa
katika jamii uhalifu unaotisha zaidi ni ugaidi
(*Terrorism*), na ujambazi wa kutumia silaha (*Armed
robbery*). Uhalifu huu licha ya kusababisha vifo vya
watu wasiokuwa na hatia pia husababisha hasara
kubwa ya mali, uharibifu wa mazingira, uvunjifu
wa amani, kuyumba kwa uongozi wa nchi, na
hata kuweza kuangusha serikali.

Ugaidi ni kitendo cha mtu au kikundi cha
watu kutumia nguvu, vitisho na mateso dhidi ya
jamii, kikundi cha watu, au Taifa kwa lengo la
kutia hofu ili kushinikiza utekelezaji wa madai au
matakwa ya magaidi. Baadhi ya vitendo
vinavyoweza kufanywa na magaidi ni pamoja na
mashambulizi ya mabomu, utekaji nyara, uuaji wa
watu maarufu (*Assassination*), uchomaji moto
majengo, kushikilia mateka, na mapinduzi ya
serikali. Kwa kawaida magaidi hufanya vitendo
vya kiadui kwa kusukumwa na itikadi (*Ideology*) na
si tamaa ya fedha au mali.

Ujambazi ni kitendo cha mtu au kikundi cha watu kutumia nguvu, silaha na vitisho kupora fedha au mali. Majambazi huweza kumuua au kumjeruhi mtu yeyote anayesita kuwapa kitu wanachokusudia kupora, anayeonesha dalili za kuwatambua au anayewapa upinzani wa aina yoyote. Hata hivyo majambazi huwa hawasukumwi na itikadi katika kufanya uhalifu bali hufanya hivyo kwa tamaa ya kujipatia fedha na vitu vingine vya thamani.

Majambazi (kama walivyo magaidi) wako katika kundi la *Organized Criminals,* yaani wahalifu wenye mipangilio. Wahalifu hawa hufanya maandalizi madhubuti kabla ya kufanya mashambulizi; wengi wao huwa na uongozi wa kuaminika, na hufuata taratibu maalum katika kuandaa na kutekeleza uhalifu wao. Kutokana na mfumo wao wa utendaji ni rahisi sana kwa mtu aliyepata mafunzo ya usalama kuona dalili (*Red flags*) kwamba majambazi au magaidi wanapanga kumvamia. Uchunguzi uliofanywa na wana saikolojia katika sehemu mbalimbali duniani unaonesha kuwa asilimia 80 ya wahanga wa ujambazi waliona dalili mbalimbali siku nyingi, au miezi kadhaa kabla ya kushambuliwa na wahalifu. Hata hivyo kwa sababu ya kutojua maana ya dalili hizo, kupuuzia au wahanga hao hawakutoa taarifa polisi, au kuchukua hatua zozote za tahadhari ili kuzuia matukio hayo. Aidha taarifa mbalimbali za kipolisi duniani zinaonesha kuwa asilimia 70 ya matukio ya ujambazi yangeweza kuzuilika kama raia wangekuwa makini kutambua dalili, au watu waliokuwa wakiwafuatilia siku nyingi kabla ya matukio ya uhalifu.

Ili kukusaidia kujua mbinu mbalimbali za kupambana na wahalifu hawa, kitabu hiki kitachambua kwa kina hatua mbalimbali zinazo fuatwa na *Organized Criminals* (Majambazi, Magaidi, Maharamia, n.k) katika kuandaa na kutekeleza uhalifu, dalili unazopaswa kuzitambua ili kujua kama uko katika hatari ya kuvamiwa, na namna ya kuwapa wahalifu hao wakati mgumu wa kutekeleza shambulio wanalokusudia kufanya. Kitabu hiki pia kitaeleza kwa kina mambo muhimu ya kuzingatia, na hatua za kuchukua endapo utavamiwa au kutekwa nyara na wahalifu ili kuweza kuokoa maisha yako, na kuwasaidia polisi katika uchunguzi.

Pamoja na kukupa elimu ya msingi ya usalama wa mtu binafsi, napenda kutahadharisha kwamba lengo la kitabu hiki si kukufanya kuwa shujaa wa kupambana na majambazi, kukuruhusu kujichukulia sheria mkononi, au kujivika majukumu ya polisi. Kufanya hivyo kunaweza kukusababishia madhara makubwa ikiwa pamoja na kujiingiza katika matatizo ya kisheria, kujeruhiwa vibaya, na hata kifo. Napenda kusisitiza kuwa lengo la kitabu hiki ni kutoa elimu ya msingi itakayo kusaidia kuwatambua na kuwadhibiti majambazi, magaidi, na wahalifu wengine kabla hawajafikia hatua ya kutekeleza azma yao.

Godwin Chilewa
Mwandishi

MUHIMU

Katika kitabu hiki neno 'Windo' au 'Muwindwa' limetumika badala, au sambamba na neno la kitaalam '*Target*' linalotumiwa na jamii ya wana intelejensia kwa maana ya mtu anayefuatwa au kuwindwa. Aidha neno la kiingereza '*Operative*' limetumika mara kadhaa likiwa na maana ya mtu, au watu (*operatives*) wanaofanya ufuatiliaji (*Surveillance*) bila kujali kama watu hao ni majambazi au watumishi wa vyombo vya dola.

1
MAKUNDI YA WAHALIFU

Katika kila nchi duniani wapo watu wasiopenda kufanya kazi halali ili kujipatia mapato. Watu hao ambao kwa ujumla huitwa wahalifu hukidhi mahitaji yao kwa kuwaibia na kuwadhulumu watu wengine. Ili kuweza kuwatofautisha na watu wa kawaida katika jamii wahalifu hupewa majina mbalimbali kulingana na aina ya uhalifu wanaoufanya kama vile Majambazi, Magaidi, vibaka, maharamia, matapeli, na kadharika.

(a) Vibaka (Wezi)
Wezi, au maarufu kwa jina la 'Vibaka' hujishughulisha na wizi wa mifukoni, udokozi, na uporaji mdogo usiohitaji kutumia nguvu nyingi,

au silaha kubwa. Kwa kawaida vibaka huwavizia watu dhaifu wanaopita katika maeneo au mitaa hatarishi na kuwapora fedha, mikufu ya dhahabu, mikoba, na vitu vingine vya thamani. Baada ya uporaji vibaka hutimua mbio, au kujichanganya katika msongamano wa watu ili kuepuka kipigo, au kuchukuliwa hatua za kisheria. Vibaka wengi hupendelea kufanya mawindo katika maeneo yenye msongamano mkubwa wa watu hasa vituo vya mabasi, stesheni za garimoshi, vilabu vya pombe, na kwenye mitaa iliyojificha au kujitenga (vichochoro). Vibaka wenye miili mikubwa na wanaojiamini zaidi huvizia watu dhaifu nyakati za usiku na kuwakaba, au kuwatishia kwa visu, mapanga, nyembe, spoku za baiskeli zilizochongwa, au nondo na kisha kuwapora.

Ipo tofauti kubwa ya utendaji kazi (*Modus Operandi*) kati ya vibaka na majambazi au makundi mengine ya wahalifu wenye mpangilio (*Organized Criminals*). Vibaka huwa hawana mpangilio maalum wa utendaji kazi, huwa hawafanyi maandalizi ya kutosha kabla ya uporaji, hawajiwekei malengo ya muda mrefu, na wala hawakusanyi taarifa zozote za kiitelejensia kabla ya kufanya uporaji. Vibaka hufanya *assessment* ya muda mfupi tu na kwa haraka kadri iwezekanavyo pale wanapoona windo likiwasogelea ili kujua upinzani watakaopata. Mara nyingi vibaka huwa makini kuangalia umbo la windo, kimo, jinsia, mazingira ya mahali katika muda husika, na uwezekano wa windo hilo kupewa msaada na wapita njia. Ili kuepuka uwezekano wa kukamatwa na kupigwa vibaka hupendelea zaidi kuwapora wanawake, na wanaume dhaifu ambao hawawezi kuwapa upinzani mkubwa.

Katika miji mingine vibaka hutembea kwa makundi ya watu wanne hadi ishirini ili waweze kusaidiana wakati wa kufanya uporaji. Makundi haya huvamia wapita njia, majumba, na sehemu za starehe kupora na mara nyingine huweza kuwakata mapanga, au kuwapiga kwa nondo watu wanaokataa kuwapa fedha au vitu vya thamani. Kimsingi makundi haya huwa hatari zaidi kuliko kibaka mmoja mmoja kwani hufanya maamuzi kwa sifa na ushabiki. Hata hivyo, tofauti kati ya makundi haya (ya vibaka) na majambazi ni ileile ya kutokusanya taarifa za kiitelejensia na kutopanga mipango madhubuti ya kuficha ushahidi wa kuwatia hatiani kabla ya kufanya shambulio. Tatizo ni kwamba vibaka hawa wasipodhibitiwa mapema makundi yao hukua na kupata nguvu, na mwishowe huanza kufanya uhalifu mkubwa na wa kitaalam zaidi kwa kutumia bunduki na silaha nyingine kubwa (Hugeuka kuwa majambazi).

Kutokana na tabia zao ni rahisi sana kuwatambua vibaka. Wengi wao ni walevi wa gongo, bange na madawa ya kulevya. Huwa wachafu wa mwili na mavazi, na wengi wao huwa na makovu usoni na mwilini kutokana na vipigo wanavyopata mara kwa mara. Vibaka wachache walio watanashati hujihusisha zaidi na wizi wa mifukoni hasa kwenye madaladala (Matatu) na maeneo mengine yenye mikusanyiko ya watu.

(b) Majambazi

Majambazi hujihusisha na uporaji mkubwa wa kutumia silaha. Huchagua *target* za maana na zenye fedha nyingi, na huwa tayari kuvamia hata *target* zenye ulinzi mkali. Idadi kubwa ya majambazi huwa ni watu wenye fedha, wanaojipenda, watanashati, na wanaoonekana kuwa na roho nzuri. Si kawaida ya majambazi wazoefu kujichanganya na watu wenye vurugu, au kufanya mambo ya hovyo yanayoweza kuwavutia askari, au kukera raia. Baadhi ya majambazi ni wafanya biashara wanaoaminika katika jamii, waajiriwa wa mashirika ya umma, idara za serikali, na hata vyombo vya dola. Kutokana na sifa hizi si rahisi hata kidogo kumtambua jambazi kwa kumuangalia sura, mavazi, au namna anavyozungumza. Hata hivyo, wahalifu hawa ni hatari zaidi kuliko vibaka. Majambazi huwa hawasiti kumjeruhi, au kumuua mtu yeyote anayesita kuwapa fedha, anayeelekea kuwatambua, na au kuwawekea kikwazo chochote cha kufanikisha azma yao.

Majambazi wazoefu huwa na muundo kamili wa utendaji kazi, hupanga malengo ya muda mfupi na muda mrefu, na huwa na uongozi wa uhakika. Wale wanaofanya kazi za hatari zaidi kama vile kupora mabenki, magari yanayosafirisha fedha, na sehemu nyingine zenye ulinzi mkali huwa na *network* kubwa zaidi; hujiandaa kwa muda mrefu kukusanya taarifa za kiusalama, silaha na vifaa vingine vinavyohitajika na kisha kufanya mazoezi ya kutosha kabla ya kwenda kuvamia windo wanalokusudia.

(c) Magaidi

Magaidi ni watu wanaofanya vitendo vya kutia hofu katika jamii kwa lengo la kuishinikiza serikali, kikundi cha watu, au mataifa mengine kutekeleza matakwa ya mtu au kikundi cha ugaidi kinachohusika. Vitendo vya kutia hofu (**Ugaidi**) vinavyoweza kufanywa na wahalifu hao ni pamoja na mauaji ya halaiki, ukatili na mateso dhidi ya kundi fulani la kijamii, ulipuaji mabomu katika mikusanyiko ya watu au majengo ya umma, utekaji nyara (*Kidnaping*), mauaji ya watu maarufu (*Assassination*), ushikiliaji watu mateka, ulipuaji wa miundo mbinu, na hujuma nyingine dhidi ya serikali au jamii husika.

Pamoja na tafsiri hii ya jumla ni muhimu ieleweke kwamba kila nchi duniani inayo tafsiri yake ya kisheria kuhusu ugaidi kutegemea msimamo wa kisiasa na kijamii, na muundo wa sheria wa nchi husika. Baadhi ya nchi zenye sheria ya kupambana na uhalifu huo zinatafsiri neno ugaidi kama ifuatavyo:

1. *United Republic of Tanzania*: *"Terrorism, means planning, threatening, using, or attempting to use violence to coerce, deter or intimidate (a) Lawful authority of the state in the United Republic or any part of it (b) the community throughout the United Republic for the purpose of furthering any political aim". (Tanzania Intelligence and Security Service Act of 1997).*

2. *United States of America:* *"Terrorism is remeditated politically motivated violence perpetrated against non combatant target by subnational groups of clandestines agents, usually intended to influence an audience to change the thinking and often behavior of some audience."*

3. *United Kingdom*: *"For the purpose of legislation, terrorism is the use of violence for political ends, and includes any use of violence for the purpose of putting the public or any section of the public fear.*

4. *German Federal republic: "Terrorism is enduringly conducted struggle for political goal, which are intended to be achieved by means of assaults on the life and property of other persons, especially by means severe crimes as detailed in Act*

129a of the penal code.

Pamoja na tofauti ya matumizi ya lugha, na sheria za nchi zilizotajwa hapo juu bado utaona kuwa maana halisi ya ugaidi inabaki kuwa ileile: vitendo vya kiadui vyenye lengo la **kujenga hofu** katika jamii kwa lengo la kutimiza matakwa ya magaidi iwe ya kisiasa, kiuchumi, au kijamii.

Kama walivyo majambazi, magaidi huwa watu wa kawaida, wasio na makuu, na wasioonesha hadharani tabia au dalili yoyote ya kutia mashaka. Kitu pekee kinacho watofautisha majambazi na magaidi ni sababu zinazo wasukuma watu hao kutenda uhalifu. Wakati lengo kuu la majambazi huwa ni kujipatia fedha, vijana wengi wanaojiunga na vikundi vya ugaidi huwa hawasukumwi na tamaa ya fedha, bali hufanya hivyo kwa imani (itikadi) kwamba jambo wanalodai au kulipigania ni sahihi na la msingi. Wachache kati yao hujiunga na vikundi vya ugaidi kwa tashwishwi ya kufanya mambo yanayosisimua, kujijengea heshima, kujipatia maisha bora zaidi na au kulipiza kisasi.

Pamoja na sifa hizo za jumla uchunguzi uliofanywa na wataalam wa Saikolojia unaonesha kuwa wengi wa vijana (*recruits*) wanaojiunga na vikundi vya ugaidi huwa hawana taarifa sahihi za vikundi wanavyojiunga navyo, na aghalabu huwa hawana nia ya kufanya mauaji ya watu wasiokuwa na hatia. Hata hivyo, baada ya kujiunga na vikundi husika vijana hao hujikuta wakilazimika kufuata sheria, taratibu, na maelekezo yote wanayopewa na viongozi wao bila kuhoji wala kutafakari kwa kina athari za yale wanayoagizwa kufanya.

Historia ya Ugaidi

Hakuna takwimu sahihi zinazoweza kuthibitisha pasipo shaka mwanzo halisi wa ugaidi. Historia inaonesha kwamba vitendo vya kigaidi vilikuwepo tangu kalne ya kwanza wakati dola ya Kirumi ilipokuwa na nguvu zaidi ulimwenguni. Hata hivyo ugaidi wa kisasa unahusishwa zaidi na mapinduzi ya Ufaransa yaliyofanyika mwaka 1795 ambapo neno la kiingereza *'Reign of Terror'* lilitumiwa kuelezea hali ilivyokuwa kutokana na vitendo vya wana mapinduzi wa Kifaransa kufanya mauaji ya kutisha, hila na hujuma mbalimbali ili kuwadhibiti wapinzani wao na kuimarisha utawala. Mbinu hii iliyoasisiwa na Maximilien Robespierre pamoja na kujenga hofu kubwa miongoni mwa wananchi ilisaidia sana kupatikana kwa ushindi. Neno *'Reign of Terror'* ndilo lililozaa neno *'Terrorism'* linalotumika kutaja au kuelezea ugaidi wa kisasa.

Kutokana na mafanikio makubwa yaliyopatikana katika mapambano ya wana mapinduzi wa Ufaransa, vikundi vya kimapinduzi katika nchi nyingine vilianza kuiga, na kutumia mbinu za kigaidi katika kudai haki, kuwafukuza wakoloni (kudai uhuru), na kulipiza kisasi kwa wapinzani wao. Wakati wa vita kuu ya pili ya dunia (1939 – 1945) raia wa Uingereza waliopewa mafunzo maalumu ya kijeshi walifanya operesheni maalumu za kigaidi kuwashambulia wanajeshi wa Kijerumani, kuvunja madaraja, kubomoa reli, kuua makamanda wa Kijerumani pamoja na raia waliobainika kuwasaidia katika vita. Operesheni hizo zilisaidia sana kuwachanganya wanajeshi wa Kijerumani na kuwapunguzia morali wa vita.

Mwaka 1955 ugaidi uliingia katika sura nyingine wakati ndege ya abiria (flight 629) aina ya DC 6B mali ya United Air Lines ilipo lipuliwa bomu na kuua abiria wote 44 waliokuwa wakisafiri kutoka Denver kuelekea Portland. Bomu lililolipua ndege hiyo lilitegwa na kijana aliyekuwa na umri wa miaka 23 Jack Gilbert Graham ambaye alikusudia kumuua mama yake ili aweze kupata malipo ya bima (*insurance*). Tukio hili liliwatia hofu ya kusafiri kwa ndege watu wengi nchini Marekani kwani kabla ya hapo hakuna ndege ya kiraia iliyokuwa imelipuliwa kwa bomu.

Katika miaka ya 1960 matukio ya ugaidi yaliongezeka zaidi hususan kutokana na harakati za nchi nyingi kudai uhuru, na kujaribu kutokomeza ubaguzi wa rangi. Katika kipindi hiki dhana ya ugaidi ilibadilika, vikundi vya kigaidi viliongezeka na kupata nguvu kubwa kutokana na udhamini wa serikali (nchi) na jumuia za kimataifa. Vita baridi iliyokuwa ikiendelea kati ya Marekani na Urusi ilichangia kwa kiasi kikubwa kukua kwa ugaidi katika Afrika na Mashariki ya kati. Nchi hizo zilitoa misaada ya hali na mali kwa vikundi vya kigaidi (wapigania uhuru) vilivyoonekana kuunga mkono itikadi za nchi wafadhiri, au kutaka kuangusha serikali za nchi zenye siasa inayopigwa vita na nchi wafadhiri. Kwa mfano mwezi September mwaka 1974 wanachama wa kikundi cha Popular Front for the Liberation of Palestine (PFLP) wakiongozwa na Ilich Ramilez-Sanchez maarufu kwa jina la Carlos the Jackal walishambulia kwa mabomu ya kutupa kwa mkono duka maarufu la madawa jijini Paris Ufaransa na kuua watu wawili, kujeruhi wengine 34 na kuuacha mji mzima wa Paris ukiwa umegubikwa kwa hofu. Tukio hilo lilifuatiwa na tukio lingine lililofanyika mwezi Desemba 1975 ambapo Carlos na washirika wake walivamia mkutano wa mawaziri wa nchi zinazotoa mafuta kwa wingi duniani (OPEC) uliokuwa ukifanyika katika ofisi ya makao makuu ya OPEC jijini Vienna, Austria na kushikilia mateka watu 62. Ili kuwaachia mateka hao Carlos alidai waraka maalumu wa PFLP usomwe katika luninga (TV) za Austria, apewe ndege ya kutorokea, na kulipwa dola milioni 40 kama fidia. Madai hayo yalitekelezwa na mateka wote waliachiliwa huru kabla ya Carlos (muhitimu wa chuo kikuu cha Patrice Lumumba Urusi) kutokomea. Matukio haya mawili (na mengine mengi yaliyofuatia) yaliweka bayana muundo, na mtindo mpya wa ugaidi wa kimataifa ambao kwa kiasi kikubwa ulipata baraka ya nchi moja kati ya mbili zilizokuwa zikivutana katika vita baridi.

Tarehe 4 Julai 1976 dunia ilishuhudia jitihada za mataifa katika kupambana na ugaidi wakati makomando wa Israeli Defense Forces walipofanikiwa kuwakomboa raia 102 wa Israel waliokuwa wametekwa nyara na wapiganaji wa kikundi cha Popular front for the Libaration of Palestine (PFLP) na kupelekwa Entebe, Uganda. Sakata hilo lilianza baada ya kikundi hicho cha magaidi (wapigania uhuru) kuteka nyara ndege ya shirika la ndege la Ufaransa (Air France) iliyokuwa imebeba abiria 248 kutoka Tel Aviv, Israel, kwenda Paris, Ufaransa kupitia Athens, Ugiriki. Waisrael waliamua kufanya operesheni hiyo iliyojulikana kama *Operation Thunder* baada ya kutofikia makubaliano na wateka nyara hao waliokuwa wakiungwa mkono na aliyekuwa rais wa Uganda wakati huo dikteta Iddi Amin Dada. Katika tukio hilo mateka watatu raia wa Israel, wanajeshi 45 wa Uganda, na komando mmoja (Jonathan Natanyahu) wa Israel waliuawa.

Ugaidi nchini Tanzania

Nchini Tanzania hofu ya ugaidi ilikuwepo tangu miaka ya 1970 ingawa ugaidi uliokuwa ukiogopwa wakati huo ni tofauti kabisa na huu ulioibuka katika miaka ya 1990. Ikumbukwe kwamba baada ya kujipatia uhuru wake mwaka 1961 chini ya uongozi wa Mwalimu Julius Nyerere Tanzania ilianza mikakati ya kuzisaidia kwa hali na mali nchi za kusini mwa Afrika zilizokuwa hazijajikomboa ili nazo ziweze kupata uhuru wake. Mwalimu Nyerere aliamini kwa dhati kwamba Tanzania haiwezi kuwa salama, na wala uhuru wake hauwezi kudumu kama nchi nyingine za Afrika zitaendelea kukaliwa kwa mabavu na walowezi. Katika kufanikisha harakati za kuzikomboa nchi hizo, Tanzania, Zambia, Msumbiji, Angola, na Botswana ziliunda umoja maalum uliojulikana kwa jina la 'Nchi tano zilizo mstari wa mbele katika ukombozi wa kusini mwa Afrika'. Umoja huo uliokuwa chini ya uenyekiti wa Mwalimu Nyerere ulijihusisha na utoaji wa mafunzo ya kijeshi, silaha, fedha, na makazi (kambi) kwa vikundi mbalimbali vya wapigania uhuru wa Afrika ya kusini, Zimbabwe (Rhodesia) na Namibia.

Kutokana na msimamo huo wa kimapinduzi Tanzania ilijikuta ikipokea vitisho vingi kutoka kwa Makaburu wa Afrika ya kusini, tawala nyingine za walowezi, na mataifa mengine makubwa yaliyokuwa yakifaidika kutokana na kuendelea kuwepo kwa tawala za walowezi barani Afrika. Hali hiyo iliwafanya wananchi wa Tanzania (hasa mikoa ya kusini) kuishi kwa hofu na mashaka ya kuvamiwa kijeshi, au kushambuliwa na magaidi kutoka Afrika ya kusini. Ili kuhakikisha usalama wa Taifa serikali ya Tanzania iliunda mikakati kabambe ya ulinzi na usalama nchini. Vijana wote waliomaliza kidato cha sita walitakiwa kujiunga na jeshi la kujenga Taifa kabla ya kujiunga na chuo kikuu au kuanza kazi. Watu wazima na vijana ambao hawakuchaguliwa kuendelea na masomo ya juu walitakiwa kujiunga na jeshi la mgambo katika maeneo wanayoishi ili kupata mafunzo ya kivita na ukakamavu.

Mwaka 1978 Tanzania ilijikuta katika hofu kubwa zaidi baada ya majeshi ya Uganda chini ya uongozi wa Dikteta Iddi Amin Dada kuvamia sehemu ya kaskazini ya mto Kagera na kutangaza kuwa ardhi hiyo ni sehemu ya Uganda. Uvamizi huo ulisababisha vita kali iliyodumu kwa muda wa mwaka mmoja. Wakati wote wa vita hivyo watanzania waliishi kwa hofu kubwa kwa kuchelea kushambuliwa na ndege za kivita, makombora ya masafa marefu, na magaidi wa Iddi Amin ambao wangeweza kujipenyeza nchini Tanzania kwa urahisi kutokana na wenyeji wengi wa Uganda ya kusini kuwa na mila na desturi zinazofanana na wenyeji wa kaskazini ya Tanzania. Ili kupunguza uwezekano wa magaidi hao kujipenyeza nchini, serikali ya Tanzania iliendesha mafunzo kabambe ya intelijensia kwa wananchi wake wote wa mijini na vijijini. Mafunzo hayo yaliyoendeshwa sambamba na mafunzo ya mgambo yalisaidia sana kuwafichua na kuwadhibiti wanajeshi wa Uganda (waliokuwa wakisaidiwa na serikali ya Libya) kila walipojaribu kujipenyeza nchini Tanzania kwa lengo la kufanya hujuma, au kukusanya taarifa za kiitelejensia. Baada ya kumng'oa madarakani nduli Iddi Amin na kuweka utawala wa kidemokrasia nchini Uganda ndipo watanzania walipo ondokewa na hofu ya ugaidi wa nchi hiyo.

Miaka kumi baadae (mwaka 1989) hofu ya ugaidi ilirejea nchini Tanzania kwa kishindo baada ya magaidi wa RENAMO waliokuwa wakiipinga serikali ya FRELIMO nchini Msumbiji kuvuka mpaka na kuvamia vijiji vya mpakani mwa Tanzania na Msumbiji. Kimsingi magaidi hao ambao wenyeji wa mikoa ya kusini mwa Tanzania waliwapachika jina la BANDU (kutokana na neno la kireno BANDITO) hawakuwa na nia ya kufanya vita au hujuma (za kupangwa) dhidi ya serikali ya Tanzania; bali waliingia nchini kwa lengo la kupora chakula, na kujificha baada ya kupata kipigo kikali kutoka kwa majeshi ya serikali ya Msumbiji. Baada ya mbinu hiyo kufanikiwa mara moja magaidi hao waliifanya kuwa tabia; kila walipozidiwa nguvu katika mapambano walivuka mpaka na kuingia Tanzania kujificha wakiwa na hakika kuwa majeshi ya Msumbiji hayawezi kuvuka mpaka kutokana na kubanwa na sheria za kimataifa.

Wakiwa katika ardhi ya Tanzania magaidi hao walipora vyakula, mavazi ya kiraia, na madawa ya kutibu wagonjwa katika zahanati na kisha kuwabaka wanawake kabla ya kurejea tena msituni kujijenga upya kwa ajili ya mapambano. Katika kutekeleza azma yao magaidi hao hawakusita kumuua au kumjeruhi mtu yeyote aliyejaribu kuwazuia kufanya jambo lolote walilokusudia.

Serikali ya Tanzania ilifanikiwa kuwadhibiti magaidi hao baada ya kupeleka makomando wake (kutoka 92 KJ) katika vijiji vya Wenje na Mchoteka wilayani Tunduru mkoa wa Ruvuma. Makomando hao wakiongozwa na Luteni (wakati huo) Abdallah Mandanda na baadae Luteni (wakati huo) John Ntwale walifanikiwa kuwakamata baadhi ya magaidi wa RENAMO, na wenyeji wa Tanzania waliokuwa wakiwapa hifadhi. Operesheni hiyo iliyosaidia kumaliza kabisa hofu ya ugaidi wa RENAMO nchini iliratibiwa kwa utaalam wa hali ya juu na Major (wakati huo) Ballat a.k.a Golong'ondo (Baba wa makomando) wa 92 KJ.

Mwanzoni mwa mwaka 1990 Tanzania ilianza kukabiliwa na tishio la ugaidi wa aina nyingine baada ya mihadhara ya kashfa na matusi iliyokuwa ikiendeshwa ki mashindano kati ya wakristo na waislamu kuanza kuzaa fujo, vurugu, na vitisho. Ili kudhibiti hali hiyo serikali ilipiga marufuku mihadhara yote iliyokuwa ikionesha dalili ya kufanya uchochezi au kuzaa vurugu; hata hivyo mihadhara hiyo ilirejea tena kwa kishindo muda mfupi baadae na kuendelea kwa miaka mingi pasipo kudhibitiwa. Kimsingi mihadhara hiyo imechangia kwa kiasi kikubwa kuvuruga amani na kujenga chuki kati ya waumini wa dini za kikristo na kiislam nchini Tanzania.

Mwaka 1998 ndipo Tanzania iliposhuhudia kwa mara ya kwanza madhara halisi ya ugaidi wa kimataifa baada ya magaidi wa kundi la Al-Qaida kulipua bomu ofisi za ubalozi wa Marekani jijini Dar es salaam na kuua watu 11. Tukio hilo lilibadilisha kabisa mtazamo wananchi kwamba Tanzania ni kisiwa cha amani na kuifanya serikali ya Jamuhuri ya muungano wa Tanzania kuunda kikosi maalum cha kupambana na ugaidi.

Tarehe 25 Desemba 1999 Tanzania ilipata mshituko mwingine baada ya watu wasiojulikana kuilipua kwa bomu *bar* moja maarufu mjini Unguja (Zanzibar).Bomu hilo lilibomoa sehemu kubwa ya jengo la bar hiyo na kusababisha hasara kubwa ya mali lakini hakuna mtu yeyote aliyeuawa wala kujeruhiwa. Tukio hilo lililotokea saa sita usiku ya mkesha wa siku kuu ya Krismass lilizua hisia mbaya za udini hasa kwa kuzingatia kuwa siku kuu hiyo iliangukia katika mwezi mtukufu wa Ramadhani. Taarifa za awali zilizotolewa na polisi zilieleza kuwa watu waliolipua bomu katika *bar* hiyo huenda walifanya hivyo baada ya kuchukizwa na kitendo cha mmiliki wa *bar* hiyo kuuza pombe wakati wa mwezi mtukufu wa Ramadhani. Hata hivyo uchunguzi wa kina uliofanyika baadae kwa kuwashirikisha polisi na wataalam wa kikosi cha kupambana na ugaidi ulibaini kuwa mtu aliyetega bomu hilo hakuwa na malengo yoyote ya kidini wala ya kisiasa. Mtu huyo alifanya hivyo kwa nia ya kumuua kijana mwenziye aliyekuwa akiishi katika jengo hilo kwa sababu alikuwa amemnyang'anya mpenzi wake (Shoga).

Kuanzia mwaka 2005 ndipo taarifa za kuongezeka kwa vitendo vya kigaidi nchini Tanzania zilipoanza kumiminika kwa wingi katika vyombo vya habari. Baadhi ya matukio yaliyoripotiwa ni pamoja na utekaji nyara watu maarufu, mauaji ya viongozi wa dini, vyama vya siasa, na waandishi wa habari; matumizi ya sumu na tindikali katika kuwadhuru viongozi wa serikali, vyama vya siasa, na waandishi wa habari. Katika kipindi hiki pia kumekuwepo na ongezeko kubwa la matukio ya uchomaji moto nyumba za ibada, na mashambulizi ya mabomu katika makanisa na mikutano ya vyama vya siasa hususan chama cha Demokrasia na Maendeleo.

Zipo sababu mbalimbali zilizochangia kwa kiasi kikubwa kuongezeka kwa matukio ya ugaidi nchini Tanzania katika miaka ya 2000. Sababu hizo ni pamoja na

(a)Mihadhara ya dini yenye kashfa na matusi iliyoasisiwa mwishoni mwa miaka ya1980 na kuachwa kuendelea hadi wakati wa kuandikwa kitabu hiki. Mihadhara hiyo iliyokuwa ikiendeshwa na vikundi mbalimbali vya waumini wa dini za kikristo na kiislam imechangia sana kubomoa umoja na mshikamano uliokuwepo, na kupandikiza chuki kati ya waumini wa dini hizi mbili zenye waumini wengi zaidi katika Tanzania.

(b) Kukomaa kwa makundi makubwa ya ugaidi katika Afrika hususan Al-Qaida, Al-Shabaab, Boko Haram, Lord's Resistance Army na mengineyo. Makundi hayo yamefanikiwa kwa kiasi kikubwa kusambaza wanachama wake katika nchi mbalimbali za Afrika (ikiwa pamoja na Tanzania) na kujiwekea ngome imara ambazo serikali za nchi husika zinashindwa kuzivunja.

(c) Kulegezwa kwa sheria na masharti ya uhamiaji katika nchi nyingi za Afrika hali iliyoruhusu wahamiaji kutoka nchi mbalimbali duniani kuingia na kutoka nchini kwa urahisi. Hali hiyo imewapa unafuu mkubwa magaidi, wafanya biashara ya madawa ya kulevya, na wahalifu wengine kuweza kujipenyeza na kufanya makao nchini Tanzania. Aidha udhaifu wa serikali katika kuwadhibiti wageni wanaoishi ndani ya nchi kumetoa mwanya kwa magaidi kuweza ku *recruit* vijana wa kitanzania kwa mbinu na visingizio mbalimbali.

(d) Ushiriki wa Tanzania katika majeshi ya kulinda amani nchini Somalia na Congo kumewafanya waasi wa nchi hizo kujenga uadui mkubwa na Tanzania. Ingawa hakuna matukio rasmi ya kigaidi yaliyo thibitishwa kufanywa na waasi wa nchi hizo ama washirika wao, Tanzania imepokea maonyo na vitisho vingi kutoka kwa waasi hao wanaotaka majeshi ya Tanzania yaondoke Congo na Somalia bila masharti.

(e) Kukithiri kwa rushwa katika idara za uhamiaji, polisi, mahakama, na idara nyingine za serikali kumewafanya watumishi wengi wa vyombo vya ulinzi na usalama kushindwa kufanya kazi yao ipasavyo. Hali hiyo imesababisha wahalifu wengi kuendeleza vitendo vyao viovu kwa kujua kwamba hata kama wakikamatwa wataachwa huru baada ya kutoa rushwa.

(f) Maendeleo ya Sayansi na Teknolojia duniani hususan kuongezeka kwa matumizi ya internet, mawasiliano jamii (face book, twiter, blogs), na *search engines* (google, yahoo, na nyinginezo) ambazo hurahisisha upatikanaji wa taarifa na habari za aina zote. Urahisi huo umewafanya wananchi wengi kujifunza, na kuiga mambo mbalimbali ya kijamii ikiwa pamoja na vitendo vya kikatili, maandamano ya kupinga serikali, uhaini, ugaidi na hata mapinduzi ya seikali kama ilivyotokea katika nchi za Misri na Libya.

(g) Utajiri wa rasilimali uliopo nchini (Madini, vito vya thamani, mafuta, gesi, ardhi, mbuga za wanyama, mito, maziwa, bahari, n.k) unavutia mataifa mengi ya kigeni yanayotamani kuwekeza, kuitawala na hata kuinunua Tanzania. Ili kuweza kujipenyeza na kukubalika nchini wageni hao wamekuwa wakitumia mbinu mbalimbali ikiwa ni pamoja na kufadhiri mashirika ya dini, vyama vya siasa, na kufanya uwekezaji wa aina mbalimbali. Baadhi ya wafadhiri hao ndio wanaohusika na kuendesha propaganda za kuwachonganisha wananchi kidini na kisiasa ili kuvuruga amani na umoja uliokuwepo (*devide and rule*) na pia kujaribu kuweka watu wao madarakani ili waweze kuongoza nchi kwa *remote*.

Vikundi vya Ugaidi
Pamoja na maelezo yote yaliyotangulia, ni muhimu sana kukumbuka kwamba kikundi kinacho onekana na watu, au jamii fulani kuwa ni kikundi cha ugaidi kinaweza kuonekana na jamii au nchi nyingine kuwa ni kikundi cha wapigania uhuru. Utofauti huu wa msingi unatokana na

tofauti za msimamo (mtazamo), imani za kidini, itikadi za kisiasa, na mfumo wa maisha ya jamii kwa ujumla. Kwa mfano kabla ya mwaka 1988 chama cha African National Congress cha Africa ya kusini kilikuwa kikituhumiwa na serikali ya makaburu iliyokuwa ikiongoza nchi hiyo kuwa ni kikundi cha kigaidi. Baadhi ya viongozi na wanachama wa kikundi hicho waliuawa kwa kunyongwa baada ya kuhukumiwa na mahakama za makaburu kwa tuhuma mbalimbali. Wale walionusurika kuuawa (ikiwa ni pamoja na Shujaa Nelson Mandela) walihukumiwa vifungo vya maisha na kuteswa sana. Pamoja na msimamo huo wa serikali ya makaburu nchi nyingi za Afrika na Ulaya mashariki zilikuwa zikikitambua chama cha African National Congress (ANC) kama chama cha wapigania uhuru (Freedom fighters) na si kikundi cha kigaidi. Kutokana na imani hiyo serikali ya Tanzania chini ya uongozi wa mwalimu Julius Nyerere ilikuwa mstari wa mbele katika kuwasaidia wapigania uhuru hao kwa kuwapa mafunzo ya kijeshi na silaha ili waweze kuiondoa madarakani serikali ya makaburu.

Aidha wakati wa vita vya kumng'oa nduli Iddi Amin Dada wa Uganda, majeshi ya Tanzania yalishirikiana bega kwa bega na umoja wa majeshi ya kuikomboa Uganda yaliyokuwa yakiongozwa na Tito Okelo, pamoja na makamanda wengine waliokuwa wameiasi serikali ya Iddi Amini.

Wapiganaji hao waliokuwa wakitambuliwa na serikali ya Iddi Amini kama waasi au magaidi waliisaidia sana serikali ya Tanzania kuweza kumng'oa nduli huyo katika vita iliyodumu kwa muda wa mwaka mmoja tu.

Kwa sababu hiyo vyama au vikundi vya ugaidi vilivyotajwa katika kitabu hiki ni vile tu vilivyotangazwa na Umoja wa Mataifa (UN) kuwa ni vikundi vya ugaidi hususan kutokana na utendaji wake unaokiuka sheria za kimataifa na haki za binadamu. Vikundi vya ugaidi hujihusisha na harakati mbalimbali hususan siasa, dini, ukabila, ubaguzi wa rangi (*racism*) na kadharika. Magaidi wanaojihusisha na harakati za kidini huwa watu waliobobea katika imani kiasi cha kuwa tayari kujitoa muhanga. Utaratibu huo (wa kujitoa muhanga) huwafanya baadhi ya watu kuamini kwamba vikundi vya ugaidi huchukua watu wenye matatizo ya akili, au walioshindwa maisha jambo ambalo si kweli. Ukweli ni kwamba vikundi vya ugaidi huchagua vijana wenye akili timamu, elimu ya kutosha, uwezo mkubwa wa kujifunza na kumudu mikiki mikiki ya ugaidi na kisha huwashibisha itikadi (*radicalization*) kiasi cha kuwafanya kuwa tayari kwa lolote.

Yapo makundi makubwa ya kigaidi (*International Terrorist Groups*) yenye fedha nyingi na maelfu ya wanachama wanaoyaunga mkono duniani. Baadhi ya makundi hayo huheshimika na kufanya shughuli nyingine za kijamii kwa uhuru ndani ya nchi husika. Yapo pia makundi madogo (yasiyo na wanachama wengi) na au mtu mmoja mmoja ambao hufanya ugaidi wa ndani (*Local Terrorism*). Baadhi ya makundi ya ugaidi yenye nguvu zaidi duniani ni pamoja na haya yafuatayo:

(i)   Al-Qaida (Ngome)

Al-Qaida (Al-Qaeda) ndilo kundi lenye uwezo mkubwa wa utendaji kuliko kundi lingine lolote duniani. Kundi hili lilianzishwa mwaka 1989 na Shekhe Osama Bin Laden kwa lengo la kutetea uislam na kuwaondoa wavamizi katika nchi takatifu. Hata hivyo malengo na muelekeo wa kundi hili yamekuwa yakibadilika kadri miaka inavyokwenda. Mwaka 1998 kundi hili liliitikisa dunia baada ya kufanikiwa kulipua ofisi za ubalozi wa Marekani jijini Nairobi, Kenya, na Dar es salaam, Tanzania ambapo watu zaidi ya 250 waliuawa. Mwezi Septemba mwaka 2001 kundi la Al-Qaida liliweza kupenyeza magaidi wake nchini Marekani na kufanikiwa kulipua majengo ya World Trade Center, (NY) na Pentagon (Washington DC) na kuua watu zaidi ya 6,000. Tukio hilo ndilo lililopelekea kuwindwa na kuuawa kwa muasisi wa kundi hilo (OBL) na wafuasi wake wengi katika nchi mbalimbali duniani. Pamoja na kuuawa kwa Osama Bin Laden kundi hilo bado linaendelea kuitikisa dunia kwa kuwa na wanachama wengi, wenye mafunzo ya kijeshi ya hali ya juu, na uzoefu wa mapambano. Kundi la Al-Qaida limefanikiwa kwa kiasi kikubwa kupenyeza watu wake katika nchi mbalimbali duniani ili kuendeleza mapambano ya kutetea itikadi zake, na ikibidi kuangusha serikali za nchi husika ili kuweka sheria, na uongozi unaokubaliana na itikadi za kundi hilo. Wasiwasi mkubwa unaoikabili jumuia ya kimataifa ni uwezekano wa kundi hilo kujipatia silaha za maangamizi (nyuklia).

(ii) HAMAS

Kundi la *'Harakat Al-Muqawama Al-Islamia'* kwa kifupi HAMAS ndilo linaloifuatia Al-Qaida kwa nguvu na uwezo. Kundi hili la wapalestina linajihusisha zaidi na masuala ya kisiasa na jamii ndani na nje ya mipaka ya Israel/Palestine. Kundi lilianzishwa mwaka 1987 kwa lengo la kufanya *jihad*, na kuwakomboa wapalestina kutoka katika mikono ya taifa la Israeli. Kundi hili lina wanachama wengi na hasa vijana wa kipalestina ambao huwa tayari kufa kwa ajili ya kulinda na kutetea imani na taifa lao. HAMAS huwatumia vijana hao kufanya mashambulizi ya mabomu (*Suicide bombers*) kwa raia na wanajeshi wa Israel na wale wanaoiunga mkono Israel. Kundi hili linaungwa mkono na vikundi vingine vya kigaidi ikiwa pamoja na kundi la Hezbollah.

(iii) Taliban

Kundi hili lenye makao yake nchini Afghanistan

lilianzishwa mwaka 1990 na waislam (wa dhehebu la Sunni) wa kabila la Pashtun kwa lengo la kupambana na majeshi ya kigeni, pamoja na serikali za Pakistan na Afghanistan. Mwaka 1996 kundi hili lilifanikiwa kuuteka mji mkuu wa Afghanistan – Kabul na kumuua kiongozi wa nchi hiyo. Ushindi huo uliliwezesha kundi hili kuitawala nchi hiyo kwa miaka mitano (1996 – 2001) hadi pale kundi lilipo sambaratishwa na majeshi ya Marekani yaliyokuwa yakimsaka Osama Bin Laden kwa tuhuma za kupanga njama za kulipua majengo ya World Trade Center (NY) na Pentagon. Kundi la Taliban linaungwa mkono na makundi mengine ya ugaidi ikiwa ni pamoja na Alqaida, na baadhi ya nchi zinazounga mkono utawala wa sheria ya kiislam (Sharia). Kundi hili lingeweza kuwa na nguvu kubwa zaidi kama majeshi ya Marekani yasingevamia Afghanistan mwaka 2001.

(iv) Jamat Ansar Al-Sunna

Kundi hili lilianzishwa mwaka 2003 na raia wa Iraq waliokuwa wakipinga kuwepo kwa majeshi ya Marekani nchini humo na serikali mpya ya nchi hiyo iliyoundwa baada ya kung'olewa Sadam Hussein. Jamat Ansar Al-Sunna imehusika na mashambulizi ya mabomu yaliyosababisha vifo vya mamia ya watu katika mji wa Baghdad na maeneo mengine ya nchi hiyo. Upo utata kidogo kuhusu uhusiano uliopo kati ya kundi hili na makundi mengine ya kigaidi. Wapo wanaoamini kwamba lengo la kundi Jamat Ansar Al-Sunna ni kufanya mabadiliko ya ndani ya nchi hiyo (Iraq) ili kuwarudishia wananchi uhuru na umoja wao ulioporwa na wavamizi. Wapo pia wanaoamini kwamba kundi hili linatokana, au ni sehemu ya kundi la Al-Qaida ambalo limeota mizizi katika sehemu nyingi duniani.

(v) Armed Islamic Group of Algeria

Kundi hili lilianzishwa mwaka 1992 kwa lengo la kuiondoa madarakani serikali ya Algeria ili kutoa nafasi kwa chama cha kiislam kutawala nchi hiyo. Tangu wakati huo kundi hili limekuwa likiitikisa dunia kwa matukio mbalimbali. Mwaka 1994 wanachama wa kundi hilo walifanikiwa kuteka ndege ya Ufaransa (Air France flight 8969) tukio lililolipa kundi hilo umaarufu mkubwa. Kundi hili pia linahusika na matukio mengi ya utekaji nyara, ulipuaji mabomu, na mauaji ya watu mashuhuri ndani na nje ya nchi hiyo.

(vi) Boko Haram

Kundi hili hujulikana pia kwa jina la Jama'atu Ahlas-Sunnah Da'awaati Wal-Jihad (JASDJ) Hili ni kundi la waislam wa madhehebu ya Sunni wenye lengo la kuiondoa serikali ya Nigeria madarakani ili kusimamisha utawala wa kiislam utakao iongoza nchi hiyo kwa kufuata sheria ya kiislam (Sharia). Kundi hili linapinga vikali kuingizwa ustaarabu wa kimagharibi nchini

Nigeria pamoja na mfumo mzima wa elimu ya kisasa. Jina maarufu la kundi hili 'Boko Haram' linatokana na maneno *Book* na *Haram* yaani **kitabu** (Elimu) **kilichokatazwa**. Kundi hili linaloungwa mkono na Al-Qaida, pamoja na makundi mengine madogo yenye itikadi inayofanana nalo limekuwa likiisumbua serikali ya Nigeria kwa muda mrefu kiasi cha kuifanya kushindwa kutawala baadhi ya maeneo. Mwezi August 2011 kundi hili lililipua ofisi ya makao makuu ya Umoja wa Mataifa (UN) jijini Abuja na kuua watu 23.

(v) Al-shabab

Kundi hili liitwalo Harakat Shabaab Al-Mujahidin lilianzishwa nchini Somalia likiwa sehemu ya serikali ya umoja wa mahakama za kiislam. Pamoja na kupata upinzani mkubwa kutoka kwa serikali za Somalia na Ethiopia kundi hili lilifanikiwa kukua na kupata nguvu kiasi cha kuweza kuweka mizizi yake katika nchi nyingi za Afrika mashariki na kati. Kukua kwa kundi la Al-Shabab kumechangia sana kuongezeka kwa mauaji, vurugu, kuyumba kwa serikali, na kudidimia kwa uchumi wa nchi husika. Hali hiyo ilisababisha Umoja wa nchi za Afrika (AU) kupeleka majeshi yake nchini Somalia ili kuwadhibiti magaidi hao (African Union Mission in Somalia – AMISOM). Mwezi Julai mwaka 2010 kundi hili lilihusika na ulipuaji mabomu katika jiji la Kampala Uganda ambapo watu 70 waliuawa. Kundi la Al-Shabab lina uhusiano wa karibu sana na kundi la Al-Qaida ambalo kwa kiasi kikubwa ndilo lililochangia kuibuka na kukua kwa kundi la Al-Shabab. Baadhi ya viongozi wa juu wa Al-Shabab wamepata mafunzo yao na kupigana nchini Afghanistan chini ya usimamizi wa kundi la Al-Qaida. Uhusiano mwema wa makundi haya mawili ulithibitika hadharani mwezi Februari mwaka 2012 wakati kiongozi wa kundi la Al-shabaab Amir Ahmadi Abdi Godani a.k.a Mukhtar Abu Zubair na kiongozi wa Al-Qaida Ayman Al-Zawahil walipotoa mkanda wa video unaoonesha makubaliano ya ushirikiano katika mapambano na harakati za kimapinduzi.

(vii) Lord's Resistance Army

Kundi hili ambalo pia hujulikana kwa jina la *Lord's Resistance Movement* lilianzishwa nchini Uganda mwaka 2005 kwa lengo la kuiondoa madarakani serikali ya rais Yoweli Museveni, na kuweka serikali ya kikristo itakayo ongozwa kwa misingi ya Biblia. Kundi linaongozwa na Joseph Kony pamoja na wapiganaji wengine walioasi katika jeshi la Uganda. Lord's Resistance Army inahusika kwa kiasi kubwa na uhalifu uliotokea nchini Uganda kuanzia mwaka 2006 hadi 2012 ambapo maelfu ya raia waliuawa. Katika kipindi hicho pia kulikuwepo na ongezeko kubwa la utekaji nyara watoto, uporaji mali za raia, ubakaji wanawake, na mauaji ya kikatili. Kundi hili pia linashutumiwa na jumuia ya kimataifa kwa kujihusisha na ajira ya askari watoto (waliotekwa) ambao hulazimishwa kushiriki katika mauaji na mateso dhidi ya watu wanaoiunga mkono serikali serikali ya rais Yoweli Museveni. Kundi la Lord's Resistance Army lina wanajeshi wengi waliosambaa katika sehemu mbalimbali Afrika mashariki na kati.

Makundi haya pamoja na mengine mengi (ambayo hayakutajwa kitabuni humu) yamehusika na mauaji ya maelfu ya watu wasiokuwa na hatia kwa kisingizio cha kudai haki, mabadiliko ya kisiasa na uchumi, kueneza dini n.k.

2
UTENDAJI WA MAJAMBAZI

Ukichunguza kwa makini jinsi matukio ya uhalifu yanavyofanyika utagundua kwamba matukio mengi hupangwa kwa kuwashirikisha ndugu, jamaa, marafiki, au watu wengine wanaoaminika katika jamii. Watu hao ni pamoja na wafanyakazi wa mabenki, mawakala wa makampuni ya biashara, watumishi wa ndani, na hata Polisi na watumishi wengine wa vyombo vya dola. Hebu tafakari matukio machache yaliyo orodheshwa hapa chini:

Tarehe 5 August 2013 majira ya saa 11:16 jioni, majambazi waliokuwa na silaha walimuua kwa kumpiga risasi mwanamke mfanya biashara na kumpora kiasi cha shilingi milioni kumi za kitanzania (Tshs. 10,000,000) alizokuwa ametoka kuzichukua benki ya ushirika na maendeleo vijijini (CRDB) jijini

Dar es Salaam. Kabla ya kumuua na kumpora kiasi hicho cha fedha, majambazi hao waliokuwa wakiendesha pikipiki waliigonga (nyuma) gari aliyokuwa akiendesha mama huyo kitendo kilichomfanya kusimamisha gari ili kuangalia uharibifu uliotokana na kile alichodhani kuwa ni ajali ya kawaida. Kitendo hicho kiliwapa nafasi nzuri majambazi hao waliokuwa wakimfuatilia kutoka benki kutekeleza azma yao ya kumuua, na kumpora fedha. Jiulize majambazi hao walijuaje kama mfanya biashara huyo alikuwa amebeba pesa nyingi kiasi hicho? Kwa nini hawakumvamia mtu mwingine asiyekuwa na pesa?

Tukio hilo halikuwa la kwanza kutokea jijini Dar es Salaam, au nchini Tanzania kwa ujumla. Mwezi mmoja kabla ya kuuawa kwa mama huyo majambazi waliokuwa na silaha walimuua kwa kumpiga risasi mfanya biashara mwingine mwenye asili ya kiasia (Mhindi) ambaye pia alikuwa akitoka kuchukua fedha zake benki. Katika tukio hilo lililotokea katika maeneo ya daraja la Salender wilaya ya Kinondoni, jijini Dar es Salaam majambazi walifanikiwa kutoroka na shilingi milioni mia moja za kitanzania (TShs. 100,000,000) baada ya kumuua mfanya biashara huyo, na kumjeruhi kwa risasi mtoto wake wa kike aliyejaribu kuleta upinzani. Jiulize tena majambazi hawa walijuaje kwamba mfanya biashara huyo alikuwa na mamilioni ya fedha katika gari lake? Walijuaje kwamba hana ulinzi au silaha yoyote, na kwanini waliamua kumuua badala ya kupora fedha na kumuacha hai?

Matukio haya mawili licha ya kufanana yanatoa picha kwamba majambazi waliohusika na uporaji huo walikuwa na taarifa kamili za nyendo za wafanya biashara hao ikiwa pamoja na taratibu zao za utunzaji fedha, ratiba za uwekaji na utoaji fedha katika benki, na njia wanazopita wakati wa kwenda na kutoka benki. Ni wazi kwamba taarifa hizo zilipatikana kutoka kwa watu wa karibu na wahanga hao hususan ndugu, jamaa, marafiki, wafanya biashara wenzao, na au wafanyakazi wa benki ambazo wahanga hao walikuwa wameamini kutunza fedha zao.

Katika tukio lingine lililotokea siku ya Jumapili tarehe 17 Februari 2013 saa 12:45 asubuhi mtu asiyejulikana alimuua kwa kumpiga risasi Padre Evarist Mushi wa kanisa Katoliki Zanzibar na kutoweka bila kuchukua kitu chochote. Tukio hilo licha ya kuleta utata mkubwa kuhusu sababu au lengo la muuaji huyo linatengeneza picha ileile kwamba muuaji alikuwa akijua ratiba kamili ya Padre Mushi.

Kwa kawaida kabla ya kufanya shambulio

lolote Majambazi, Magaidi na wahalifu wengine wenye mpangilio (*Organized Criminals*) hufanya maandalizi maalum. Maandalizi hayo huweza kufanyika kwa siku chache, wiki, miezi na hata miaka mingi kutegemea umuhimu, na ugumu wa *target* wanayo kusudia kuivamia. Hata hivyo, chunguzi uliofanywa kufuatia matukio mbalimbali ya uhalifu umeonesha kwamba magaidi hufanya maandalizi ya muda mrefu na gharama kubwa zaidi kuliko majambazi. Kwa mfano, mwaka 2001 kundi la Al-Qaida chini ya uongozi wa Shekhe Osama Bin Laden lilitumia mamilioni ya dola za kimarekani kuandaa mashambulizi dhidi ya Marekani. Maandalizi hayo yalihusisha *recruitment* ya watendaji, mafunzo ya urushaji ndege (urubani), na mafunzo ya kijeshi. Mafunzo hayo yaliyofanyika kwa usiri wa hali ya juu yaliliwezesha kundi hilo kuteka ndege tatu za abiria, na kuzitumia kulipua majengo ya World Trade Center (NY) na Pentagon (Washington DC) mnamo 11 Septemba 2001.

Ingawa kila kundi la uhalifu hufanya maandalizi ya shambulio kwa kufuata kanuni na taratibu zake, yapo mambo kadhaa ya muhimu na hatua za msingi ambazo kila kundi la uhalifu huzifuata ili kuweza kufanikisha operesheni wanayokusudia kuifanya. Baadhi ya hatua hizo ni kama ifuatavyo:

1. KUTAMBUA WINDO (Target ID)

Kutambua windo (*Target Identification*) ndiyo hatua muhimu na ya kwanza kabisa katika maandalizi ya uhalifu. Katika hatua hii majambazi huorodhesha aina mbalimbali za mawindo ambayo wanaamini kama wakiweza kuyavamia na kuyadhibiti wataweza kujipatia fedha nyingi pasipo kuhatarisha usalama wao. Ili kurahisisha hatua zitakazofuata majambazi huorodhesha majina ya watu matajiri, mabenki yenye ulinzi hafifu au taratibu mbovu za usafirishaji fedha, maduka makubwa na sehemu nyingine zinazofanya mauzo ya fedha nyingi kwa siku. Majambazi pia huweza kuorodhesha watu wenye magari mazuri yanayoweza kuuzwa kwa haraka na kwa bei ya juu, watoto wa matajiri wanaoweza kutekwa nyara kwa lengo la kuwalazimisha wazazi wao kulipa *ransom*, na kadharika. Majambazi huorodhesha majina hayo kwa kuangalia vigezo mbalimbali ili kuhakikisha kuwa uvamizi watakaoufanya hautawatia matatani. Kwa vile hatua hii ya awali hufanyika kwa siri na huwahusisha wanachama muhimu tu wa kundi husika si rahisi hata kidogo kwa wewe (raia) kujua au kuhisi kwamba majambazi wamekuweka katika orodha ya mawindo. Hata hivyo kwa kujifanyia uchunguzi binafsi (*self assessment*) unaweza kutambua kama majambazi wakipanga kufanya uhalifu katika eneo unaloishi au kufanya kazi utakuwemo katika orodha ya mawindo au hapana.

Magaidi huwa na mtazamo tofauti katika kuchagua mawindo yao. Kumbuka kwamba lengo la msingi la magaidi huwa si kujipatia fedha bali kujenga hofu katika jamii itakayo wasaidia kufanikisha malengo yao ya kisiasa, kijamii, kidini na kadharika. Ili kuhakikisha kwamba tukio watakalofanya litaitikisa dunia au jamii wanayo ikusudia magaidi huchagua *target* muhimu na za kusisimua. Kwa mfano, kama lengo la magaidi ni kuteka nyara, au kufanya mauaji (*Assassination*) magaidi huchagua mtu maarufu, au mwenye wadhifa wa juu katika jamii ambaye kifo chake kitakuwa pigo kwa jamii husika, na kitaombolezwa na watu wengi. Kama lengo ni kulipua bomu, wahalifu hawa huchagua eneo maarufu, na lenye watu wengi ili kuweza kuua na kujeruhi watu wengi kadri iwezekanavyo na hivyo kusambaza hofu kubwa zaidi kwa wananchi au jamii iliyokusudiwa.

2. UFUATILIAJI (Surveillance)

Baada ya kuorodhesha majina ya matajiri,

sehemu mbalimbali za biashara, wamiliki wa magari mazuri, mabenki na maeneo mengine wanayoona yanafaa kuvamiwa majambazi huanza kufuatilia windo moja moja ili kuweza kupata taarifa za msingi zitakazo wawezesha kuamua kama windo husika linafaa kushughulikiwa, au hapana. Kama windo lililo pendekezwa ni mfanya biashara tajiri majambazi hutaka kujua habari za jumla kuhusu mtu huyo hususan mahali anapoishi, namna nyumba yake ilivyokaa, mazingira yanayo zunguka nyumba hiyo, na ulinzi uliopo nyumbani hapo. Katika hatua hii majambazi huwa makini kutambua vikwazo vya dharula vinavyoweza kujitokeza wakati wa uporaji. Huchunguza mazingira yanayo izunguka nyumba ya windo kuhakikisha kuwa haipo karibu na kituo cha jeshi, polisi au kitu kingine chochote kinachoweza kuwaletea upinzani mkubwa. Majambazi pia hutafuta taarifa za jumla za majirani ili kuhakikisha kuwa hawatakuwa kikwazo kwa uporaji wanaoupanga.

Endapo lengo ni kupora gari majambazi hutaka kujua mahali muhusika anapo egesha gari lake, ulinzi wa gari na nyumba ya windo kwa ujumla, mazingira ya jumla yanayoizunguka nyumba na kadharika. Majambazi pia hutaka kujua muda ambao windo (*target*) hutoka nyumbani kwenda kazini, na muda wa kurudi; mahali gari linapoegeshwa wakati mwenyewe akiwa kazini, sehemu ambazo windo hupenda kutembelea wakati wa kazi na baada ya saa za kazi, na watu anao fuatana nao. Zaidi ya yote majambazi hutaka kujua na kuthibitisha kama muhusika hubeba silaha yoyote, kama amewahi kupata mafunzo ya kijeshi au anao uwezo wa kujilinda kwa mikono mitupu (*un armed combat*).

Ikiwa lengo la majambazi ni kuvamia benki, au sehemu ya biashara (Kwa mfano duka la jumla) majambazi hufanya ufuatiliaji wa karibu kutambua ulinzi uliopo katika duka au benki husika, nguvu na uwezo wa walinzi wanaokuwepo, aina ya silaha walizo nazo walinzi hao, uwezekano wa majirani au wapita njia kutoa msaada wa haraka endapo mtu wa ndani au nje akipiga kelele au kutoa taarifa polisi. Wahalifu hawa pia hutaka kujua namna fedha zinavyotunzwa, utaratibu wa kuingiza au kutoa fedha katika sehemu hiyo kwenda benki nyingine, usafiri unaotumika, na ulinzi unaokuwepo wakati wa usafirishaji wa fedha hizo na kadharika. Majambazi huhakikisha kuwa taarifa wanazopata ni sahihi na za uhakika. Katika kukusanya taarifa hizi majambazi hutumia vyanzo mbalimbali vya

habari ikiwa ni pamoja na wafanyakazi wa
sehemu husika (*inside job*), majirani, vijana
wenye umri mdogo ambao hawawezi kuwa na
mashaka wanapouliswa maswali, wafanyakazi
wa ndani (*House boys*, na *House girls*), na watu
wengine wanao onekana kuwa na taarifa za
maana kuhusu windo husika.

Pamoja na kukusanya taarifa za jumla
katika kipindi hiki ndipo majambazi huanza
kumfuatilia mwenye mali *physically* kwa
kutumia gari, pikipiki, au usafiri mwingine
wowote unaoendana na mazingira ya windo ili
kuweza kuthibitisha nyendo zake na kukadiria
muda anaotumia kutoka sehemu 'A' kwenda
sehemu 'B'. Kwa kufanya hivyo majambazi
huwa tayari wanaanza kujianika na kutoa
mwanya kwa windo kuweza kuona dalili (*red
flags*) za kuvamiwa.

3. KUCHAGUA WINDO
Baada ya kupata taarifa za watu wote, na
maeneo mbalimbali waliyokuwa wakiyafuatilia,
majambazi hufanya uchambuzi wa kina ili
kuchagua windo moja (*Target Selection*)
linalofaa kutoka katika orodha ya mawindo
yote waliyo yafuatilia. Majambazi huchagua
windo nono, na lenye udhaifu mkubwa zaidi
ili waweze kulivamia kwa urahisi na kutoroka
bila kupata upinzani mkubwa. Ili kufanikisha

lengo hilo majambazi hutazama kwa makini kila chembe ya taarifa inayohusu kila windo, na kisha kuyaondoa katika orodha mawindo yote yanayoonekana kuweza kuleta upinzani mkubwa, yasiyo na fedha nyingi kama ilivyotarajiwa, na yale ambayo kufanikisha uvamizi wake kutagharimu fedha nyingi, maandalizi ya muda mrefu, na uwezekano wa kuhatarisha usalama wao.

4. UFUATILIAJI ZAIDI

Baada ya kuchagua windo linalofaa, majambazi huelekeza nguvu zao katika kutafuta habari za ndani zaidi zitakazowawezesha kupanga namna ya kuvamia na kupora. Mara chache sana majambazi huamua kuchagua mawindo mawili au matatu na kuyavamia siku moja (moja baada ya jingine) katika muda mfupi kadri iwezekanavyo. Hata hivyo majambazi wanaoweza kufanya hivyo ni wale wenye uzoefu wa hali ya juu, nyenzo za uhakika, na mara nyingi ni wale wanao shirikiana na polisi au watumishi wasio waaminifu wa vyombo vingine vya dola.

Ili kupata taarifa sahihi na za ndani zaidi majambazi huwarubuni watu wa ndani, au wenye uhusiano wa karibu na windo wanalotaka kulivamia. Kama lengo lao ni kupora benki, au sehemu nyingine ya biashara Majambazi hujitahidi kupata mfanyakazi wa sehemu hiyo anayeweza kuwapa taarifa kuhusu taratibu za utunzaji fedha dukani, au ofisini kabla ya kupelekwa benki au kuhamishiwa sehemu nyingine, taratibu za usafirishaji, muda na wakati fedha zinaposafirishwa, na ulinzi unaokuwepo. Katika hatua hii majambazi pia hutembelea katika sehemu ya biashara, benki husika, au duka wanalotaka kulivamia na kujifanya kuulizia taarifa za kawaida kutoka kwa wafanyakazi au kununua vitu vidogo vidogo ili waweze kuona mabadilishano ya fedha na bidhaa (*transactions*) yanavyofanyika. Kitendo hicho huwasaidia sana majambazi kutambua udhaifu wowote unaoweza kuwasaidia kupanga mbinu za kuvamia na kupora, na kutoroka haraka iwezekanavyo.

Ikiwa lengo la majambazi ni kumuua muhusika kwa sababu nyingine yoyote ile, katika hatua hii Majambazi huanza kumfuatilia (kumfanyia *Surveillance*) mtu huyo kwa karibu zaidi ili kuijua ratiba yake kamili ya kila siku, tabia na nyendo zake, maeneo anayotembelea, watu anaokutana nao na kadharika. Kwa vile kazi ya *surveillance* huhitaji utaalam, na uzoefu wa hali ya juu (na majambazi wengi hawana utaalam huo), katika hatua hii hufanya makosa mengi madogo na makubwa yanayoweza kuwaumbua. Hata majambazi waliowahi kufanya kazi katika jeshi la polisi, idara za upelelezi na vyombo vingine vya dola hujikuta wakifanya makosa yaleyale kwa kuamini kwamba mtu wanae muwinda hana utaalamu wowote wa kutambua kama anafuatwa (*Surveillance Detection Technics*). Aidha kutowekeza katika taaluma ya ufuatiliaji, kutokuwa na vifaa vya kisasa vya kazi hiyo, na kutokuwa na nguvu kazi ya kutosha huwafanya majambazi kufanya kazi yao katika kiwango cha chini au cha kati. Kutokana na udhaifu huo, mtu anayewindwa (*target*) huwa katika nafasi nzuri sana ya kutambua kwamba ameanza kufuatwa na watu wasio wa kawaida, na hata kuwatambua majambazi hao kwa sura.

5. MAANDALIZI YA SHAMBULIO

Baada ya kupata taarifa za kutosha kuhusu windo husika majambazi huandaa mkakati wa kutekeleza shambulio. Katika maandalizi hayo majambazi huzingatia mambo muhimu yafuatayo:

(i) Mahali pa shambulio

Majambazi huwa waangalifu sana katika kupanga mahali panapofaa kuvamia windo walilolichagua. Baada ya kuangalia sehemu zote ambazo windo hutembelea, majambazi huchagua *choke point* - mahali ambapo ni LAZIMA windo lipite, au kuwepo katika muda husika hata kama windo hilo lina tabia ya kubadilisha njia. Kwa mfano, kama lengo la majambazi ni kupora gari, huweza kupanga kufanya shambulio nje ya nyumba ya mwenye gari, kazini kwake, au mahali pa starehe ambapo windo hupenda kutembelea. Kama lengo lao ni kupora gari linalo safirisha fedha kutoka, au kwenda benki majambazi hupanga shambulio mahali ambapo gari hilo lazima lipite wakati wa kwenda au kutoka benki.

Mfano halisi ni tukio la ujambazi lililofanyika katika daraja la Salender jijini Dar es salaam na kuandikwa katika kitabu hiki. Mazingira ya tukio hilo yanadhihirisha kwamba majambazi waliofanya uhalifu huo walikuwa na taarifa sahihi kuhusu nyendo zote za windo lao (mfanyabiashara wa kihindi waliyemuua), walikuwa wakijua njia ya kawaida (*route*) aliyokuwa akitumia mfanya biashara huyo kwenda na kutoka bank, pamoja na *choke point* (daraja la Salender) waliyofanyia uporaji huo.

Pamoja na kuchagua mahali pa shambulio majambazi pia hupanga muda mahususi wa kufanya shambulio kulingana na ratiba ya windo. Majambazi wanaopora magari mara nyingi hupanga kufanya mashambulizi nje ya nyumba majira ya asubuhi wakati windo likiwa linatoka nyumbani kuelekea kazini, au muda wa jioni wakati windo linarudi nyumbani. Sehemu hizo ni *choke point* zisizo epukika kwa kuwa muhusika ni lazima atoke na kurudi nyumbani. Endapo nyumbani kwa windo kuna ulinzi wa kutosha au mazingira hayaruhusu majambazi kupora na kutoroka haraka bila usumbufu, majambazi hupanga kumvamia mwenye gari sehemu ya biashara, kwenye *bar*, sehemu ya ibada, au mahali pengine walipopatambua kutokana na ufuatiliaji waliofanya. Kama wataamua kufanya hivyo Majambazi huweza kumvamia muhusika anapokuwa akiteremka kwenye gari mara tu baada ya kuegesha, au akiwa anaingia garini tayari kwa kuondoka.

Kama sehemu zote zilizotajwa hapo juu zina ulinzi, na au mazingira yake hayaruhusu kufanikisha uvamizi kwa namna wanayotaka majambazi hupanga kufanya shambulio barabarani, na hasa maeneo ya taa za barabarani (*Traffic lights*) mahali ambapo wanaweza kupora na kukimbia haraka bila kupata upinzani. Kwa mfano, mwaka 2006 majambazi wenye silaha walilivamia gari la National Microfinance Bank (NMB) lililokuwa likisafirisha fedha kutoka Dar es salaam kwenda Morogoro.Katika uvamizi huo uliofanyika katika makutano ya barabara ya Morogoro na Sam Nujoma (Ubungo) majambazi walifanikiwa kupora shilingi milioni 150 kati ya shilingi bilioni moja zilizokuwa zikisafirishwa. Majambazi hao walifanikiwa kupora fedha hizo baada ya kuyashambulia kwa risasi magari ya kikosi cha polisi wa kutuliza ghasia (FFU) yaliyokuwa yakisindikiza fedha hizo.

Kwa jinsi tukio hilo lilivyofanyika inaonesha wazi kuwa Majambazi waliamua kuvamia gari hilo mahali hapo (kwenye *choke point*) baada ya kuona kuwa haitakuwa rahisi kuvamia benki kutokana na ulinzi mkubwa unaokuwepo katika benki hiyo siku zote, mahali benki hiyo ilipo, na mazingira yanayo izunguka benki hiyo. Ni wazi kwamba majambazi waliamua kufanya tukio hilo mahali hapo (mjini) ili kuwashitukiza polisi waliokuwa wakisindikiza msafara huo. Bila shaka majambazi walijua kwamba askari hao wangekuwa makini zaidi mara tu baada ya kutoka nje ya mji kwa kudhani kuwa majambazi wangependelea kufanya uvamizi katika maeneo yenye mapori, na yasiyo na watu wengi kwa kuogopa msongamano wa watu na magari.

Tukio hili pia linadhihirisha kwamba kikosi cha majambazi waliohusika na uporaji kilifanya kazi nzuri ya kukusanya taarifa za kiitelejensia kwa kuwatumia wafanyakazi wa ndani ya benki husika kiasi cha kujua nyendo sahihi za usafirishaji fedha za benki hiyo.

(ii) Silaha

Majambazi hutumia taarifa walizokusanya kupanga aina ya silaha, na nguvu kazi (idadi ya watu) wanao hitajika katika kufanya uporaji husika kutegemea ulinzi wa windo, na upinzani wanaotegemea kukutana nao wakati wa shambulio. Katika hatua hii ndipo majambazi hufanya uamuzi kama katika shambulio watakalofanya watalazimika kufanya mauaji au hapana. Katika tukio la uporaji wa gari la benki ya NMB lililotajwa hapo juu, inaonekana dhahiri kwamba Majambazi walikusudia kufanya shambulio la mauaji ili kuwamaliza askari polisi (FFU) waliokuwa wakisindikiza gari lilolokuwa limebeba fedha. Majambazi hao walifanikiwa kulishambulia gari la polisi kwa bunduki za kivita (AK 47) kuwaua baadhi ya polisi, na kuwajeruhi wengine kabla ya kuchukua sanduku la fedha na kutoweka.

Magaidi wao huwa makini zaidi katika kuchagua aina ya silaha za kutumia katika shambulio ili kuweza kusababisha uharibifu zaidi. Kama lengo lao ni kumuua mtu, au kushambulia kikundi cha watu wachache, Magaidi hutumia bunduki (hasa AK 47), bastola, au mabomu madogo ya kurusha kwa mikono (*Hand grenade*). Magaidi wengi pia ni wataalam wa kutumia visu, vitanzi, na sumu za aina mbalimbali. Ikiwa lengo ni kulipua majengo, kundi kubwa la watu, gari moshi, au mabasi makubwa ya abiria, magaidi hutumia milipuko ya kutengeneza, au mabomu makubwa yanayotumiwa na wanajeshi. Baadhi ya milipuko inayopendwa zaidi na Magaidi ni pamoja na:

(a) *Amonium Nitrate Fuel* (ANFO)

Milipuko (mabomu) hii hutengenezwa kwa kuchanganya Amonium Nitrate na Mafuta (Organic Fuel) katika mazingira tulivu. Uchanganyaji wa viasili hivyo huhitaji utaalamu mkubwa, na uangalifu wa hali ya juu ili kuepuka hatari ya kulipuka kabla ya muda uliokusudiwa. Bomu lililotengenezwa kwa viasili hivi huweza kusababisha madhara makubwa kuliko bomu la TNT.

(b) *Urea Nitrate*

Hili ni bomu linalotengenezwa kwa kutumia mbolea aina ya Urea ambayo hupatikana kwa wingi katika maduka ya pembejeo. Wataalam wa kutengeneza milipuko hii huchanganya Urea na Urea

Nitrate pamoja na vitu vingine vinavyosaidia kulifanya bomu liweze kusababisha madhara makubwa zaidi.

(c) *Trinitrotoluene* (TNT)

Mlipuko huu ni chaguo la Magaidi wengi kwani ni rahisi kutumia, na kusafirisha. TNT hupatikana kwa wingi kwa sababu hutumika jeshini, na pia katika shughuli za ujenzi wa barabara na reli (kulipua miamba), na kuvulia samaki (uvuvi haramu). TNT ina rangi ya maziwa na umbo linalofanana na kipande cha sabuni ya kufulia. Ili kusababisha madhara makubwa zaidi, Magaidi huweza kutumia vipande vya TNT pamoja na mlipuko mmoja kati ya miwili iliyotajwa hapo juu.

(d) *Recket Propelled Grenade* (RPG)

Bomu hili dogo la kurusha kwa rocket ni kipenzi kikubwa cha Magaidi. Kutokana na urahisi wake wa kubeba na kutumia, vikundi vingi vya kigaidi hutumia silaha hii kusambaratisha magari na vifaru vya wana usalama. Magaidi pia hutumia silaha hii kulipua majengo, magari, na hata ndege (Aeroplane). Magaidi pia hupenda kutumia mabomu madogo ya kutupa kwa mkono (*Offensive hand grenade*) kushambulia mikusanyiko ya watu na magari ya usafiri. Kwa mfano, mwaka 2012 Magaidi wa kikundi cha Al-Shabaab walitumia *hand grenade* kushambulia basi dogo la usafiri (Matatu) lilokuwa likisafirisha abiria jijini Nairobi. Shambulio hilo lilikuwa na lengo la kuilipizia kisasi serikali ya Kenya kwa kupeleka wanajeshi wake nchini Somalia.

(iii) Njia ya Kutorokea (escape route)

Mojawapo ya vitu vya msingi ambavyo Majambazi huangalia kwa makini wakati wa kupanga mashambulizi ni njia ya kutorokea baada ya kufanya uporaji. Majambazi huhakikisha kuwa njia wanayochagua ni ya uhakika, salama, na itakayo wawezesha kutoweka haraka iwezekanavyo. Ili kupunguza vikwazo vinavyoweza kujitokeza majambazi hupanga kufanya shambulio mahali panapotoa mwanya wa kukimbia hata kama polisi, au wananchi watawahi kufika kwenye eneo la tukio ili kutoa msaada kabla wao (majambazi) hawajaondoka.

Endapo sehemu ya biashara, nyumba, au benki wanayopanga kuvamia ipo katika eneo lenye msongamano mkubwa wa magari, majambazi hupanga kutumia usafiri wa pikipiki (badala ya gari) ili waweze kupenya kwenye msongamano na kukimbia. Kama ni lazima sana kutumia gari katika uvamizi huo majambazi hupanga kufanya tukio muda ambao msongamano wa magari huwa umepungua.

Ili kuwahadaa Polisi na wananchi watakao shuhudia tukio, majambazi hupenda kutumia magari ya wizi ambayo huyapora muda mfupi kabla ya uporaji mkuu. Kufanya hivyo huwasaidia kutotambuliwa, na kutoweka kwa urahisi kwa kutelekeza gari walilotumia katika uporaji na kuteka gari lingine. Mara nyingi majambazi huwa na gari maalum, pamoja na dereva anayewasubiri mahali walipopanga ili kukamilisha zoezi la kutoroka.

Pamoja na kuandaa njia ya kuondokea mahali pa tukio, Magaidi wao huandaa pia hati za kusafiria (*Passport*), tiketi za ndege, na fedha taslimu za kuwasaidia kuondoka kabisa katika nchi waliyofanya shambulio kwenda mafichoni. Magaidi hujitahidi kupata hati zaidi ya moja ili waweze kubadili utambulisho (*identity*) wao kila wanapohisi wanaweza kutambulika.

Magaidi pia hupenda kutumia njia zisizo rasmi kama majahazi (yasiyopita bandarini) na vijia vya porini kukimbia nchi waliyofanya tukio, kwenda mji au nchi nyingine.

6. SHAMBULIO
Endapo Majambazi wamefanikiwa kukamilisha hatua zote zilizoelezwa hapo juu

bila kugundulika au kubugudhiwa, uwezekano wa kufanikisha uhalifu waliopanga huwa ni mkubwa kiasi cha asilimia 90. Asilimia 10 ya kutofanikiwa huweza kusababishwa na dharula mbalimbali zinazoweza kujitokeza wakati wa utekelezaji wa shambulio kama vile kugoma kwa silaha (mis fire), windo kubadilisha ratiba au nyendo zake ghafla (kupatwa na dharula) na hivyo kutotokea katika *choke point*, polisi au wanajeshi kutokea katika eneo la tukio muda ambao majambazi walipanga kufanya mashambulizi. Sababu nyingine ni pamoja na kuharibika kwa chombo cha usafiri, mabadiliko ya hali ya hewa (Mvua kubwa, Kimbunga, tetemeko n.k), au windo kuwa na mbinu bora zaidi za kujilinda kuliko majambazi walivyofikiria.

Kwa mfano, mwaka 1985 majambazi waliovamia ofisi ya uhasibu ya kampuni ya bia Tanzania (TBL) iliyoko eneo la barabara ya Uhuru jijini Dar es salaam, Tanzania, walijikuta katika wakati mgumu sana baada ya msafara wa rais Ali Hassan Mwinyi kupita katika barabara hiyo na kusababisha barabara kufungwa kwa muda. Majambazi hao walijikuta wakikamatwa kwa urahisi na wengine kuuawa baada ya kulitupia risasi gari la Polisi lililokuwa likiwafuata kwa kasi huku likiwa limewasha taa na kupiga king'ora.

Majambazi walijitia matatani kwa sababu hawakuwa na taarifa kuwa muda waliopanga kufanya uvamizi ndio muda ambao msafara wa rais utapita kuelekea uwanja wa ndege na hivyo magari ya kikosi cha kutuliza ghasia (FFU) yatakuwa katika utaratibu wa kawaida wa kusafisha njia ili rais aweze kupita kwa usalama. Aidha askari waliokuwa katika gari la polisi (FFU) nao pia walikuwa hawajapata taarifa zozote kuhusu tukio la ujambazi lililotokea TBL na hivyo baada ya kutupiwa risasi walipagawa kwa kudhani kuwa majambazi hao walikuwa na lengo la kumdhuru rais, hali iliyozua kizaizai.

Katika tukio lingine lililotokea mwaka 2001 eneo la Magomeni mapipa jijini Dar es salaam, majambazi wawili waliuawa kwa kupigwa mawe na wananchi wenye hasira baada ya bastola waliyokuwa nayo kugoma kufyatua risasi (*Mis fire*) na kuwafanya wananchi waliokuwa katika eneo hilo kuamini kuwa bastola hiyo ni ya bandia.

Kwa ujumla, ni rahisi na salama zaidi kuwazuia majambazi kufanya uhalifu wakati wakiwa katika hatua ya maandalizi. Wakiisha kamilisha mipango na taratibu zote majambazi hujikuta wakiwiwa kutekeleza uporaji ili kurudisha gharama waliyopoteza kwa maandalizi, na kuwathibitishia watu waliowasaidia kuwapa taarifa za kiitelejensia (kuhusu target) kwamba wao ni watu wa kuaminika, mashujaa, na wanaweza kutumainiwa kufanya kazi nyingine yenye fedha nzuri zaidi.

———————

3

WEWE NI WINDO?

Katika hali ya kawaida si rahisi kwa mtu asiye na mafunzo maalum kuweza kutambua kama yuko katika hatari ya kuvamiwa au la. Hata hivyo, kuwa na elimu ya jumla ya mambo ya usalama, kujenga tabia ya umakini, na kufanya mazoezi mbalimbali ya kujenga hisia zako (ubongo) kunaweza kukusaidia kupunguza kwa kiasi kikubwa uwezekano wa kuvamiwa na wahalifu. Ni muhimu sana kwa wewe binafsi kutengeneza mazingira magumu yatakayowafanya majambazi kukata tamaa ya kukufanyia uhalifu, na hivyo kuamua kutafuta windo lingine badala yako. Mojawapo ya njia rahisi ya kuwavunja moyo majambazi, na Magaidi ni kutowapa nafasi ya kupata taarifa zako muhimu za kuwawezesha kupanga mashambulizi dhidi yako.

Njia nyingine nzuri ya kujilinda ni kujifanyia uchunguzi binafsi (*Self Assessment*) unaoweza kukusaidia kutambua dalili za hatari, au uwezekano wa kushambuliwa na Majambazi kabla hawajafikia hatua ya kutekeleza shambulio lao. Ni ukweli ulio wazi kwamba katika dunia ya leo kila unapojitahidi kuboresha kiwango cha maisha yako na kuepuka umaskini ndivyo unavyokuwa kivutio kikubwa zaidi kwa majambazi na wahalifu wengine wenye tamaa ya kujitajirisha kwa jasho la watu wengine; na kila unapojiingiza au kushiriki kikamilifu katika masuala ya kijamii hususan siasa, dini, na harakati nyingine za kimapinduzi ndivyo unavyokuwa kivutio kikubwa zaidi kwa Magaidi wenye mtazamo na malengo tofauti na yale unayo yasimamia.

UCHUNGUZI BINAFSI

Kujifanyia uchunguzi binafsi (*Self Assessment*) ni hatua ya kwanza muhimu katika kujilinda na wahalifu. Kwa kujifanyia uchunguzi binafsi ndipo unapoweza kujua kama wewe ni windo, au kwa kiasi gani uko katika hatari ya kuvamiwa na majambazi. Ili uweze kufaidika na uchunguzi binafsi ni muhimu uwe mkweli katika kuweka bayana tabia, mwenendo wa maisha (Life Style) na hali yako ya kiuchumi katika mizani. Watu wengi wasiojua kuchunga mienendo yao hufanya mambo mengi ya kujifurahisha (wanayodhani kuwa ni ya kawaida) ambayo huwaingiza katika balaa la kuvamiwa na Majambazi pasipo kujua.

Kwa mfano, vijana wengi wenye kipato cha hali ya juu, na hali ya kati huwa na tabia ya kupenda kujionesha kwamba wana pesa nyingi ili kuwavutia wasichana, na kuinua hadhi (*Status*) yao. Vijana wenye tabia hii hutumia fedha nyingi katika mabaa, na sehemu nyingine za starehe huku wakitangaza hadharani namna wanavyojua kutengeneza fedha. Kwa kufanya hivi vijana hawa bila kujua huwasaidia majambazi kupata taarifa zao kwa urahisi na kupanga mikakati ya kuwapora fedha, magari, au vitu vingine wanavyojivunia.

Zipo njia nyingi unazoweza kutumia katika kujifanya uchunguzi binafsi; hata hivyo njia rahisi na ya haraka zaidi ni kutumia *personal security questionnaire (PSQ 1)* ambayo ni mlolongo wa maswali unayopaswa kuyajibu ili kujua kama wewe ni kivutio cha majambazi au magaidi, na kama ulinzi ulionao unaweza kuwazuia wahalifu hao kukuvamia nyumbani, kazini, sehemu ya biashara, au mahali pengine popote. Ni rahisi kutengeneza na kutumia *PSQ 1* kwani unaweza kuirekebisha kulingana na mazingira unayoishi.

Ili kujua kama wewe ni windo au uko

salama unatakiwa kujibu maswali yaliyo orodheshwa katika *PSQ 1* kwa kujipa alama (*score*) 1 hadi 10. Zingatia kwamba alama 1 inasimama badala ya HAPANA, au uwezekano mdogo kabisa, na alama 10 inasimama badala ya NDIYO au uwezekano mkubwa kabisa. Unapaswa pia kutumia alama za kati 2 hadi 9 kwa kadri zinavyohitajika kulingana na kupanda au kushuka kwa alama (*score*) zako. Baada ya kujibu maswali yote yaliyoulizwa kwa usahihi na umakini (bila kujizidishia au kupunguza) jumlisha alama (*score*) ulizopata kwa kila swali ili kupata jumla kamili. Endapo utakuwa umepata alama nyingi zaidi basi wewe ni kivutio kikubwa kwa Majambazi na uko katika hatari kubwa ya kuvamiwa. Kama alama ulizopata ni ndogo (Chini ya wastani) basi wewe si kivutio kikubwa cha Majambazi.

Personal Security Questionnaire (PSQ 1)

(a) Hali yako ya kifedha

➢ Unafanya kazi au biashara inayokuingizia fedha nyingi kwa mkupuo?

➢ Kipato chako ni cha juu, na hali yako ya kifedha ni nzuri?

➢ Biashara zako ni maarufu na

zinafahamika na watu wengi?

➤ Wewe ni mtu maarufu?

➤ Watu wengi wanajua kuwa una fedha nyingi?

➤ Una fedha nyingi kwene akaunti yako benki?

➤ Una tabia ya kutembea na fedha nyingi taslimu?

➤ Aina ya biashara unayofanya inakufanya ulazimike kubeba fedha kichele (Cash)?

➤ Unasafiri mara kwa mara kwenda nje ya nchi?

➤ Unafanya biashara haramu?

➤ Maisha yako ni ya hali ya juu?

➤ Wewe ni mtu wa matumizi?

➤ Wewe binafsi huna pesa nyingi, lakini kazini kwako unashika au kutunza funguo za sanduku au chumba cha kutunza fedha?

➤ Wewe ni mtu mwenye madaraka makubwa kazini?

(b) Ulinzi binafsi

➤ Huna utaalamu wowote wa mbinu za kujilinda

➤ Humiliki bunduki wala silaha nyingine yoyote

➤ Huna tabia ya kuchunguza mienendo, au tabia za watu unao kutana nao, wanaokufuata, au kutaka kuwa karibu nawe

➤ Hujawahi kupata mafunzo yoyote ya kijeshi, au ulipata mafunzo hayo miaka mingi iliyopita

➤ Huna ujuzi wa kujilinda kwa mikono mitupu

➤ Huna mazoea ya kuchungulia, au kuchunguza mazingira ya nje ya nyumba yako kabla ya kutoka

➤ Huna tabia ya kukagua nyumba yako baada ya kuingia ndani hata kama uko peke yako

➤ Kiwango chako cha elimu ya usalama wa mtu binafsi ni cha chini

➤ Huna wasiwasi, na wala hufikirii kwamba unaweza kuvamiwa na Majambazi

(c) Ulinzi wa Nyumbani (*residential security*)

➤ Nyumba unayoishi haina uzio, ukuta, au michongoma ya kuwazuia watu kusogelea jengo.

➤ Nyumba yako ina ulinzi hafifu

➤ Huna mlinzi wa uhakika mwenye bunduki

➤ Nyumba yako imejitenga mbali na nyumba nyingine

➤ Hakuna kituo cha Polisi au kambi ya

jeshi karibu na nyumba yako
- ➤ Nyumba unayoishi inafikika kwa urahisi kwa gari, pikipiki au chombo kingine cha usafiri.
- ➤ Nyumba hiyo haina kengele za tahadhari (Alarm System)
- ➤ Nyumba haina kamera za usalama (CCTV).
- ➤ Nyumba haina taa kubwa za usalama (Security lights)
- ➤ Huna Mbwa waliofundishwa ulinzi

(d) Ulinzi katika sehemu za kazi

- ➤ Ofisi au mahali pako pa kazi hapana ulinzi madhubuti
- ➤ Ofisi yako inashughulika na kufanya mauzo kwa pesa taslimu
- ➤ Fedha za biashara huhifadhiwa ofisini hapo kwa muda kabla ya kupelekwa benki.
- ➤ Sehemu unayofanya kazi iko mbali na kituo cha polisi au kambi ya jeshi
- ➤ Hakuna polisi wenye bunduki wanaofanya doria kuzunguka eneo lako la kazi
- ➤ Ofisi ina mlinzi dhaifu, asiye na silaha au anayeweza kudhibitiwa kwa urahisi.
- ➤ Ni sehemu huru ya biashara hivyo watu wanaingia na kutoka kadri wapendavyo.

- Baada ya mauzo fedha husafirishwa kwenda benki bila ulinzi wa uhakika
- Sehemu ya biashara inaruhusu vyombo vya usafiri kufika kwa urahisi
- Watu wengi wanafahamu kuwa ofisi au biashara yako inaingiza fedha nyingi
- Majambazi wamewahi kupora fedha
- Majambazi wamewahi kujaribu kupora fedha lakini hawakufanikiwa

(e) Usafiri

- Unamiliki gari mpya ya thamani?
- Gari unayoendesha si mpya lakini inawavutia wengi?
- Gari unayoendesha inaweza kuuzwa kwa urahisi na kwa bei nzuri?
- Gari unayoendesha inaweza kuuzwa kama vipuri (Spare parts)?
- Gari unayoendesha inaaminika kwa uimara, au uwezo wa kuhimili misukosuko ya barabara mbovu?
- Una mazoea ya kulaza gari yako nje ya nyumba, au mahali pengine pasipo na ulinzi wa uhakika?
- Unaitumia gari hiyo kwa safari zako zote?
- Una mazoea ya kuegesha gari yako kwenye maegesho ya majumba ya starehe?

(f) Mahusiano na watu wengine

➤ Una mahusiano mabaya na jirani zako?

➤ Una tabia ya kudhulumu watu?

➤ Umewahi kudhulumiwa na wafanya biashara wenzako fedha nyingi?

➤ Una tabia ya kutolipa madeni?

➤ Una tabia ya kujenga uhusiano wa kimapenzi na wake, waume au mahawala wa watu wengine?

➤ Unaishi na mwanamke au mume uliyempora mtu mwingine

➤ Watu wengi wanadai unaringa, au huna msaada kwa mtu

➤ Wewe ni kiongozi wa juu au shabiki maarufu wa chama fulani cha siasa?

➤ Wewe ni kiongozi au shabiki wa chama kinachoipinga serikali?

➤ Fikra, mawazo, na vitendo vyako vinapingana na serikali iliyopo madarakani?

➤ Unatumiwa na watu wakubwa (viongozi) kufanya biashara, au mikataba kwa niaba yao?

➤ Wewe ni kiongozi wa jumuia ya kidini?

➤ Dini yako inapingwa waziwazi na watu wanao aminika kufanya vitendo vya kigaidi?

Kama wewe ni kiongozi, au mtu mwenye madaraka makubwa unapaswa pia kujiuliza maswali haya:

➢ Una gari au chombo kingine cha usafiri ulichokabidhiwa kutokana na wadhifa wako?

➢ Gari au chombo hicho cha usafiri kinakufanya uonekane mtu wa hadhi ya juu na mwenye uwezo wa kifedha kuliko wengine?

➢ Huna dereva maalum.

➢ Una dereva lakini hana mafunzo ya kijeshi wala mbinu za kujilinda kwa mikono mitupu (*un armed combat*)

➢ Dereva wako hana mafunzo maalum ya kutambua *surveillance*.

➢ Unaweza kubadirishiwa dereva muda wowote bila kutoa maoni yako.

➢ Dereva wako huwa habebi silaha yoyote.

➢ Dereva wako hana tabia ya kukagua gari kabla ya kuanza safari.

➢ Gari unayotumiwa huegeshwa katika maeneo ya kawaida yasiyo na ulinzi maalum.

➢ Huvai na wala huna fulana isiyopenya risasi (Body Armor)

➢ Unapokuwa safarini una tabia ya kusoma vitabu au magazeti.

- Huna walinzi (Body guards)
- Una walinzi lakini hawana mafunzo ya kuweza kupambana na magaidi wenye ujuzi wa hali ya juu.
- Kutokana na majukumu yako umejijengea uadui mkubwa na watu wengine wenye fedha au madaraka serikalini.
- Umewahi kupokea simu au barua za vitisho.
- Jukumu la kujilinda ni lako binafsi, serikali au shirika lililo kuajiri haliwajibiki kukupa ulinzi.
- Wafanyakazi ulionao nyumbani hawafakunyiwa upekuzi (*Vetting*).
- Una tabia ya kufukuza au kubadilisha wafanyakazi wa ndani (*House boys* na *House girls*) wanapofanya makosa madogo.
- Una tabia ya kuwafokea, au kutupiana maneno makali na wafanya kazi wako.
- Hujui mahali (Nyumbani) wafanyakazi wako wanakotoka.
- Wafanyakazi na watu wengine wanaokuzunguka wanafahamu ratiba yako yote ikiwa pamoja na safari zako za ndani na nje ya nchi.
- Huna tabia ya kubadilisha vitasa vya milango hata baada ya kufukuza au

kubadilisha wafanyakazi.

➢ Nyumbani kwako huna walinzi waliofanyiwa upekuzi (Vetting)

➢ Walinzi ulionao si polisi wala wanajeshi hivyo hawana uwezo wa kumkamata, au kumuweka mtu chini ya ulinzi (Power of arrest).

➢ Unalindwa na mwanamgambo mwenye bunduki, lakini hana mafunzo ya kutosha kuhusu matumizi ya silaha wala mbinu za kujilinda kwa mikono mitupu.

➢ Walinzi wako hawana mafunzo ya kutambua *surveillance*

➢ Walinzi wako wana tabia ya kufanya mazungumzo na watu mbalimbali wakati wakiwa katika lindo.

➢ Huna tabia ya kukutana na majirani zako ili kujadili usalama wa eneo lenu.

➢ Unamiliki bunduki au bastora, lakini muda wote huwa unaiacha nyumbani.

➢ Unafanya kazi katika maeneo hatarishi.

➢ Huna uhusiano mzuri na majirani, au watu wanaokuzunguka

Pamoja na sifa nyingine zote zilizotajwa katika kurasa zilizotangulia, mambo yafuatayo yanaweza kusababisha au kuchangia kukufanya kuwa windo la magaidi:

➢ Sehemu unayofanya kazi au kuishi ni

makao ya kikundi cha kigaidi kinacho fahamika.

➢ Wewe ni kiongozi wa juu katika serikali, chama cha siasa, au taasisi ya dini

➢ Wewe, mwenzi wako au mmoja wa wanafamilia yako ni mwanaharakati anayeunga mkono itikadi zinazopingwa na magaidi.

➢ Wewe ni afisa wa idara mojawapo ya ulinzi na usalama inayopambana na ugaidi

➢ Wewe ni raia wa Marekani, jumuia ya Ulaya, au nchi nyingine yoyote inayojihusisha na vita dhidi ya ugaidi

➢ Wewe ni mtu mwenye uwezo wa kutoa maamuzi yanayoweza kuwapa faida au kuwatia hasara watu wenye madaraka ya juu, au uwezo mkubwa wa kifedha

➢ Unafanya kazi au kuishi katika nchi yenye migogoro ya kisiasa au vita vya wenyewe kwa wenyewe

➢ Unaishi katika nchi ambayo ina historia ya kushambuliwa na magaidi

➢ Unafanya kazi katika ubalozi wa nchi nyingine ulioko katika nchi yako

➢ Unafanya kazi katika ubalozi wa nchi yako ulioko katika nchi nyingine (ughaibuni)

Kama ilivyodokezwa hapo juu, mahusiano yako na watu wengine yanaweza kuchangia kwa kiasi kikubwa katika kukulinda au kukuangamiza. Kumbuka kwamba unaishi na watu wa aina mbalimbali; unao tofautiana nao kiakili, kiimani, kielimu na kimtazamo. Kwa hiyo ni vizuri kujua tabia za watu unaoishi nao, na kuepuka marafiki wabaya, au watu wenye tamaa ya fedha wanaoweza kukuuza ili kujipatia fedha kidogo tu. Vilevile, ni muhimu sana kujenga uhusiano mwema na majirani zako ili waweze kukusaidia katika jitihada zako za kujilinda wewe binafsi pamoja na familia yako. Kwa kawaida watu wa hali ya chini na wanao dharaulika katika jamii huweza kuwa na msaada mkubwa sana katika kuwatambua watu wabaya. Ni vizuri kumuheshimu kila mtu, na kujenga uhusiano mwema na watu wa aina zote bila kujali kipato chao, elimu, madaraka au dini wanayoamini.

Ni muhimu pia kujiepusha na tabia ya kudhulumu watu wengine. Yapo matukio mengi
ya ujambazi ambapo watu mbalimbali wameuawa au kujeruhiwa na watu waliodhaniwa kuwa ni majambazi wa kawaida lakini baadae uchunguzi ukabaini kuwa wauaji hao hawakuwa na lengo la kupora fedha au vitu vya thamani, bali kulipiza kisasi kwa

dhuluma waliyofanyiwa na marehemu. Kwa hiyo kila unapofikiria kumdhulumu mtu mmoja kumbuka kwamba unajitumbukiza katika hatari ya kujeruhiwa vibaya, au kuuawa wewe pamoja na familia yako.

Kama wewe ni mfanya biashara, ni muhimu ujizoeze tabia ya kuwachunguza na kuwajua watu wenye hisa, au wamiliki wa makampuni ya biashara unayoingia nayo mikataba ya biashara yenye faida kubwa, au malipo mengi. Yapo matukio kadhaa ambapo wafanya biashara wenye tamaa wamebainika kutumia uwezo wao wa kifedha kukodisha majambazi ili wawaue washirika wao (Partners) ili wao waweze kumiliki mali zote, au waweze kukwepa kulipa madeni wanayodaiwa. Matukio ya aina hii huwapata wafanya biashara ambao pasipo kujua huingia mikataba, au kuwakopesha fedha nyingi majambazi, au watu wenye uhusiano na makundi ya majambazi.

Wapo pia watu wengi waliowahi kujeruhiwa vibaya, au kuuawa na kuporwa mali zao kwa sababu tu ya kuwa na uhusiano wa kimapenzi na wake, au waume za watu. Matukio ya aina hii husababishwa na wivu uliokithiri, au hasira inayolipuka baada ya mtu kuporwa mke au mume wake na hivyo kuamua kulipiza kisasi. Watu wanaokumbwa na mikasa hii ni wale wenye mazoea ya kuchukua wanawake wa mitaani wenye uhusiano na majambazi, wafanya biashara na watumiaji wa madawa ya kulevya, na wanawake au mahawara wa maaskari wasiokuwa na nidhamu.

Aidha kama wewe ni kiongozi wa chama, au mshabiki mkuu wa chama kimojawapo cha siasa, unapaswa kuwa makini na mazingira unayotembelea au kufanyia shughuli zako hasa katika vipindi vya chaguzi mbalimbali. Katika kipindi hicho baadhi ya wanachama wakorofi wa vyama vya siasa hufanya mikakati ya kushambulia mikutano ya vyama pinzani, na kuwajeruhi wagombea wao ili kuwatisha raia wengine kuviunga mkono vyama hivyo. Unapojiingiza katika harakati zozote za kutetea haki, kupinga serikali, au kudai maslahi yako binafsi au ya jamii nzima unapaswa kuwa makini na watu wanaoweza kukufanyia vitendo vya kigaidi kwa lengo la kukunyamazisha, kulipiza kisasi, au kutoa onyo kwa wengine. Wanaharakati katika nchi mbalimbali duniani wameuawa au kujeruhiwa vibayakutokana na misimamo yao.

Kwa mfano tarehe 26 Juni 2012 majira ya saa moja jioni, watu wasiojulikana walimteka nyara kiongozi wa chama cha madaktari nchini Tanzania Dk. Steven Ulimboka na kumpeleka katika msitu wa Mabwe Pande ambako walimpiga na kumtesa kiasi cha kuwa nusu mfu. Daktari huyo(ambaye katika kipindi hicho alikuwa akiongoza mgomo wa madaktari nchini Tanzania uliokuwa na lengo la kuishinikiza serikali kuwaongezea madaktari mishahara na malupulupu mengine) alitekwa nyara maeneo ya Kinondoni *Leaders Club* alikokuwa amekwenda kukutana na mtu aliyejitambulisha kwake kuwa ni afisa wa idara ya Usalama wa Taifa. Dk Ulimboka alinusulika kufa baada ya kuokotwa na wasamalia wema ambao walimkimbiza hospitali.

Serikali ya Tanzania ilitoa tamko rasmi kukanusha kuhusika kwa namna yoyote ile na kutekwa nyara kwa Dk. Ulimboka. Hata hivyo tukio hili limewafanya wananchi wengi kuamini kwamba hata katika nchi zinazoaminika kufuata utawala wa sharia (kama Tanzania) bado upo uwezekano mkubwa wa wanaharakati kufanyiwa vitendo vya kinyama, kudhurumiwa haki zao, na hata kuuawa.

4
KUTAMBUA NYENDO ZA KUTIA MASHAKA

Kama ilivyoelezwa katika sura zilizotangulia, sio rahisi hata kidogo kumtambua jambazi au gaidi kwa kumuangalia sura, umbile, kabila, dini, rangi, au asili yake. Majambazi na magaidi huwa ni watu wa kawaida na mara nyingine wanaweza kuwa ndugu, marafiki, au watu wengine unaowafahamu. Hata hivyo, kama ukiwa makini unaweza kutambua tabia, nyendo, au vitu vingine visivyo vya kawaida vinavyoonesha nia au dalili ya kutenda uhalifu, na au maandalizi ya kutoroka baada ya kufanya uhalifu.

Pengine utajiuliza swali hili: "Unawezaje kutofautisha tabia au nyendo za kawaida na nyendo zisizo za kawaida, au za kutia mashaka?" **Inaendelea....**

USIKOSE ELIMU HII MUHUMU KWA
ULINZI NA USALAMA WAKO. JIPATIE
NAKALA YAKO SASA.

Kitabu hiki kinapatikana katika maduka
ya vitabu, Amazon.com, na
Barnesandnoble.com

IDARA YAUSALAMA WA TAIFA

www.ingramcontent.com/pod-product-compliance
Lightning Source LLC
Chambersburg PA
CBHW050114280326
41933CB00010B/1098